Greetings, Valluvar!

Erode Tamilanban's first work, *Koṭi Kātta Kumaraṉ*, appeared in 1968. Since then he has published 91 anthologies of his poems, many of which have been translated into other languages, including English, Spanish and Hindi. He has won a number of awards and honours at the international, national and state levels. His *Vaṇakkam, Vaḷḷuva!* earned him the coveted Sahitya Akademi Award in 2004 and the Kalaignar M. Karunanidhi Classical Tamil Award of the Central Institute of Classical Tamil for 2018.

Gregory James graduated in Linguistics from the universities of Edinburgh and Exeter. Among his publications are *Dictionary of Lexicography* (1998), co-authored with R. R. K. Hartmann; *colporuḷ: A History of Tamil dictionaries* (2000); and translations into English from French, Persian, Spanish and Tamil. In 2020, he received the Veeramamunivar Award of the Government of Tamil Nadu for his contributions to Tamil lexicography.

V. Jayadevan is an acknowledged Tamil scholar, lexicographer and translator. He served as Consultant Editor to the *Oxford English-English-Tamil Dictionary* (2009) and the *Oxford Compact English-English-Tamil Dictionary* (2015) among other dictionary and encyclopedia projects across India. Among the numerous accolades he has earned, in 2014 he received the K. A. P. Viswanatham Award of the Government of Tamil Nadu for his contributions to Tamil scholarship.

Greetings, Valluvar!

ERODE TAMILANBAN

TRANSLATED BY

GREGORY JAMES
AND V. JAYADEVAN

First published in Tamil as *Vanakkam, Valluva!* by Poompuhar Pathippagam in 2000

Published in English as *Greetings, Valluvar!* in 2024 by Eka, an imprint of Westland Books, a division of Nasadiya Technologies Private Limited

No. 269/2B, First Floor, 'Irai Arul', Vimalraj Street, Nethaji Nagar, Alapakkam Main Road, Maduravoyal, Chennai 600095

Westland, the Westland logo, Eka and the Eka logo are the trademarks of Nasadiya Technologies Private Limited, or its affiliates.

ISBN: 9789360458140

10 9 8 7 6 5 4 3 2 1

Typeset by Kalachuvadu Publications

Printed at Manipal Technologies Limited, Manipal

Contents

Translators' Note

In apostrophising Valluvar, the poet uses the singular form of the second person pronoun (நீ *nī* 'you'), and corresponding verb forms. In Tamil, this has the additional connotation of familiarity, or lack of formality. In poem 14, 'Questions courtesans put to Valluvar', however, the speakers address Valluvar with the second person plural pronoun (நீங்கள் *nīṅkaḷ* 'you'), and corresponding verb forms, which are also used as formal, or polite, expressions to a single addressee. This distinction is lost in the majority of varieties of modern English, but finds similarities in the usages of many European languages (for example, French *tu/vous*).

The poet also uses the proximal vocative form of the name Valluvar (வள்ளுவ *Vaḷḷuva*), that is, the address-form indicating the physical nearness of the interlocutors, which additionally connotes a degree of familiarity; 'my dear Valluvar' might be one way of expressing this in English. The courtesans use the more formal vocative (வள்ளுவரே *Vaḷḷuvarē*), which matches their pronominal usage, something perhaps equivalent to 'Valluvar, sir'.

We have opted to eschew these nuances in our translation, so as not to encumber the English rendering with unnatural or unidiomatic expressions.

Introduction

Greetings, Valluvar! is a translation of வணக்கம் வள்ளுவ ! (*Vaṇakkam, Vaḷḷuva!*), a collection of twenty-two self-contained, free-verse poems for which their author, Erode Tamilanban (b. 1933), received the prestigious Sahitya Akademi Award for Tamil in 2004, in recognition of the work as an outstanding contribution to one of the major languages of India. The receipt of this award from India's National Academy of Letters validated Tamilanban's status as one of the most influential voices in modern Tamil poetry. Renowned for the versatility and originality of his prolific output, he has received numerous accolades over the five and a half decades since his first publication in 1968. He has now authored some ninety volumes of poetry, covering a range of themes and styles, and through his novel experimentation with diverse genres of poetic expression — including, for example, ghazals, haikus and senryus — he has helped shape the evolution of modern Tamil poetry. In addition to the Sahitya Akademi Award, among the several high literary honours which have been bestowed on him are the S. P. Adithanar Senior Tamil Scholar Award in 2017, for his lifetime contribution to Tamil letters; and the Kalaignar M. Karunanidhi Classical Tamil Award of the Central Institute of Classical Tamil in 2018, in recognition of his eminence in fostering and promoting Classical Tamil through his cultivation of modern Tamil poetry. It is a fitting acknowledgement, as Tamilanban draws deeply from the rich cultural tapestry of Tamil's ancient poetic heritage, skilfully blending classical Tamil traditions with contemporary perceptions, to resonate with a modern readership.

Erode Tamilanban is a major current exponent of New Poetry (புதுக்கவிதை *putukkavitai*) in Tamil, that is, poetry freed from the rigidity of the rules prescribed in *Tolkappiyam* (தொல்காப்பியம் *Tolkāppiyam*) — the most ancient extant Tamil treatise on grammar and poetics — as well as other works on language rules and prosody, and which confronts the problems and conflicts in modern society. Tamil literary discourse was traditionally dominated by writings glorifying the past, and in the pre- and post-Independence periods a need was felt to face up to and challenge the issues of the modern world. In this climate, leading poets, pioneered by C. Subramania Bharati (1882–1921), Bharathidasan (1891–1964) and N. Pichamoorthy (1900–1976), among others, not only documented and critiqued topics of wide sociopolitical significance, but did so innovatively in a language relevant and accessible to a contemporary audience. See Zvelebil (1973); Panjangam (2005); Subramanian (2005).

Within the realm of New Poetry, *Greetings, Valluvar!* is, in a sense, an innovative incipient dialogue with Valluvar (வள்ளுவர் *Valluvar*), also known as Tiruvalluvar (திருவள்ளுவர் *Tirualluvar*), with the prefix *tiru-* (திரு-) or 'hallowed', the traditional name of the author of the *Kural* (குறள் *Kural*), or *Tirukkural* (திருக்குறள் *Tirukkural*), a canonical aphoristic text comprising 1,330 couplets, the period of whose compilation still eludes scholarship, with dates as widely apart as 300 BC and AD 1000 having been proposed — the current scholarly consensus tends towards AD 500 (Blackburn, 2000: 454). The text is transparent and approachable to speakers of modern Tamil, certainly in a way that any text written in Old English at the same period is not to speakers of modern English. The Dutch cleric François Valentyn (1726: 400) wrote of it that it was, 'one of their best books of morals, composed in clear and compact verses by Tiruwalluwer. ... This writer, who followed the style of Seneca, lived about 1,500 years ago in Mylapore, or Santhome.'

The *Tirukkural* is acknowledged for its universality and secular nature — '[it] has a decidedly this-wordly orientation, with as much to say about rain as about religion,' observes Stuart Blackburn (2000: 453). The text has three parts, reflecting the *purusharthas* (புருஷார்த்தம் *puruṣārttam*), or objectives, of human life, through which humans gain fulfilment as well as sustain society: Virtue (அறம் *aram*), covering home life, righteousness, moral values and ethical conduct, duties, rights and laws, that is, *dharma* (தர்மம் *tarmam*), or behaviours that enable and foster social harmony; Wealth (பொருள் *porul*), covering one's livelihood, prosperity, financial security, socio-economic values and social organisation; and Love

(காமம் *kāmam* or இன்பம் *iṉpam*), covering emotions, pleasure, affection, sensuality, passion and psychological values,[1] all implicitly leading to the spiritual values of *moksha* (வீடு *vīṭu*), that is, self-realisation, self-actualisation; or liberation from the body and transmigration. Altogether, the *Tirukkural* is a treatise of ethics, from the conduct and relationships of the common individual in day-to-day life, to the responsibilities of those in positions of authority. There is evidence that Valluvar may have been influenced by some of the great works of ancient Sanskrit literature, such as the *Laws of Manu* (मनुस्मृति *Manusmṛti*) on *dharma*, Kamandaka's *Nitisara* (नीतिसार *Nītisāra*) on politics and statecraft, Kautilya's *Arthashastra* (अथशास्त्रम् *Arthaśāstram*) on political science, economics and military strategy, and Vatsyayana's *Kama Sutra* (कामसूत्र *Kāmasūtra*) on eroticism and emotional fulfilment; but his philosophy transcends time and cultural boundaries, and his striking imagery and poetry are essentially Tamil.

> While the Arthashastra is based on subtle statecraft, the *Porul* of the Tirukkural text bases morality and benevolence as its cornerstones. The social hierarchies and discrimination found in Manusmriti are contrasted with Tiruvalluvar's concept of universal brotherhood and oneness of humanity. Unlike Kamasutra, which is all about eros … the Kural text of *Inbam* remains a poetic appreciation of human love. (Jha et al., 2023: 581)

Although Valluvar is greatly revered in Tamil culture, almost nothing is known of him, despite considerable legends having grown around his name over the centuries. Indeed, David Shulman (2016: 94) even questions whether one Valluvar existed, and has reservations over the unitary nature of the *Tirukkural* itself:

> Are we … to assume that the putative author of the *Tirukkuṟaḷ* was a metrical wizard who produced one marvel after another over 1,300 verses? I doubt it.

Shulman sees Valluvar as 'a collective persona', and the *Tirukkural* as a compilation of thematically organised verses, rather than as a distinct, homogeneous opus. But this viewpoint is very much an idiosyncratic one. For Tamilanban, as for the majority of traditional and modern commentators, Valluvar is a single person, the *Tirukkural* a single, linear

---

1 The part on Love has often been censored, or omitted, in translations. For a modern, feminist reading, see Kandasamy (2023).

composition, and in *Greetings, Valluvar!*, he can be seen to be going beyond Valluvar's work, not explaining Valluvar's ideals, but exploring aspects of his life through conceptualised dialogue. Tamilanban's work is a powerful, multifaceted text, and we can here merely adumbrate some of its elements.

In poem 8, 'On the very day that Valluvar penned his final couplet…!', we share in Tamilanban's originality and poetic creativity, transcending the here and now, and soaring into the realm of imagination across time and space. We see Valluvar in a state of ecstasy at having completed the final couplet of his oeuvre:

> the joy glistening
> in Valluvar's eyes
> at his having penned
> his book's final couplet
> filled the airwaves …
> in that evening twilight,
> while his face glowed,
> suffused with calm …

Writing couplets encapsulating single messages, while conforming to strict rules of structure and metre, is a taxing cerebral activity, and, through Tamilanban, we can share the relief Valluvar feels, now that the tension he has felt has been released.

In poem 12, 'Can I obtain Valluvar's stylus?', the stylus, the instrument for etching letters on palm leaves, and the conduit through which Valluvar's words were set down, is no longer a physical object for writing, but rather a metaphysical representation of what has been written. Valluvar's stylus is incorporeal, but its essence lives on through the *Tirukkural,* and by immersing ourselves in Valluvar's words, we are guided on a journey of introspection and self-discovery. Further, in poem 20, 'Where music dwelt before reaching the veena …', in addressing Valluvar,

> The essence of your words,
> charged with meaning,
> is rippling
> in our hearts

Tamilanban teaches us that the words of a poem are not mere agents of communication, but the medium of the poet's vision, which have the power to shape the reader's understanding of the world: Valluvar's words, which have become dynamos of ideas and emotions, are revivified with every reading. The life he breathed into them is bequeathed to each new generation.

The generational theme is taken up again in poem 16, 'On the day Valluvar's mother died', where Tamilanban humanises Valluvar in a unique way, at the same time evoking the intimate bond between a mother and a child. For example, he envisages the imagery in the *Tirukkural* as emanating from the stories Valluvar's mother will have told him when he was a child:

> His mother, steeped in wisdom,
> nourished him with all knowledge
> along with milk in the *sangu*.

As she suckled him, so she also nurtured his mind. Her impact lives on through her legacy in Valluvar's intellectual creation. Death is merely an episode in the natural cycle of existence. Tamilanban thus reminds us of the intangible connections across generations, and the weight of the maternal influence on a child's life. This poem invites us to reflect on the enduring power of love, and the individual legacy that outlasts each one of us.

Tamilanban expands on the theme of family in poem 19, 'Valluvar was born again', in which he echoes Valluvar's chapter 7, 'On the blessing of children', with an allusion to a famous poem in the classical Tamil canon, where the poet avers that delighting in the development of one's children is more valuable than amassing material wealth or realising social status. Tamilanban's imagery allows us to delight in the fervour of Valluvar's affection for his children, by whom he is, in turn, inspired and edified. Tamilanban suggests that Valluvar's creativity is greatly impacted by his children, who stimulate the vitalisation of his poetic vision, and represent each new generation inheriting and building upon the wisdom and achievements of their parents.

In the first part of the *Tirukkural*, on Virtue, Valluvar represents a number of character faults to be avoided, such as envy, ingratitude, backbiting, concupiscence, covetousness, slander, jealousy, anger, and mendacity, which degrade interpersonal relationships. However, there are three further delinquent behaviours which he singles out for particular contempt: prostitution, alcohol abuse and gambling, summarised in couplet 920:

இருமனப் பெண்டிரும் கள்ளும் கவறும்
திருநீக்கப் பட்டார் தொடர்பு.

For those forsaken, misfortune's device,
Is double faced women, drink and dice.

(Sreenivasan)

These he features not in the part on Virtue, but in that on Wealth, since those who engage in these three self-destructive activities also cause direct harm to themselves and their families, and their symbolic capital — their reputations — and deplete their economic capital — their livelihoods and personal wealth: see Prabhakaran (2020).

In poem 14, 'Questions courtesans put to Valluvar', Tamilanban confronts the topic of prostitution, through an imagined dialogue between Valluvar and two legates of the demimonde. The conversation, while highlighting the physical and emotional experiences of these objectified and exploited women, and the abuse they endure, serves as a potent critique of societal perceptions of the marginalised, recognising that even the most stigmatised individuals deserve justice and compassion. In this context, we may recall the words of Friedrich Schiller (1759–1805) in his poem *An die Freude* ('Ode to Joy') (1786):

Freude trinken alle Wesen …
Wollust ward dem Wurm gegeben.

Every creature drinks in joy …
Even the worm was given desire.

Tamilanban evokes a sense of empathy and an insight into the miseries of the downtrodden, reminding us that when we lose our empathy, we lose an important concomitant of the human spirit.

Tamilanban also echoes Valluvar's principles of examining ideas and concepts rather than accepting them at face value. In poem 13, 'The joy of giving', for example, he takes issue with the sentiments in Valluvar's couplets 1052 and 1053:

இன்பம் ஒருவற்கு இரத்தல் இரந்தவை
துன்பம் உறாஅ வரின்.

Begging is a pleasure if what is asked
Comes without pain.

கரப்பிலா நெஞ்சின் கடனறிவார் முன்நின்று
இரப்புமோ ரேஎர் உடைத்து.

There is beauty even in begging
Of an honest and virtuous man.

(Sundaram)

Citing Parimelazhagar, the authoritative Late-Middle-Age-period commentator on the *Tirukkural,* S. M. Diaz (2000: 1052–54) observes:

> It would be rare to come across persons who will be charitable
> and inclined too, while possessing the resources to be able

to afford that charity. To such persons one may make an application for help under very deserving circumstances. … The act of begging, which is normally a disgraceful process, may sometimes turn out to be a pleasant experience, consistent with the receiver's self respect too, if none of the aspects involved, cause any pain whatsoever to him. … The man, who is approached for charity, if he has an open and spontaneously generous disposition, and also knows that it is his duty to help and support individuals from the weaker sections of the society around him, then, indeed it will be a pleasure for the receiver to stand before him and seek as well as receive help.

However, Tamilanban counters:

> A penury
> that lends dignity to life
> is preferable to a charity
> that sears one's self-respect.
> Joy in giving
> there may be,
> but where is the fairness
> in the poor haunting
> the givers' gate?
> I am yet exasperated
> at Valluvar who said
> that there is beauty in begging
> from an honest giver.

We find an apt encapsulation of this in the account written by Adriano de las Cortes, a Spanish Jesuit missionary under arrest in southern China in 1625, who was allowed by his captors to go out into the streets and beg for alms:

> One thing we noticed – and this is found … generally, and everywhere – was that it was the poor who gave more readily than those who seemed of some means, or wealthy, who would give but with a 'no' in their eyes. (James, 2023: 78)

In Cortes's experience, those who have the greatest empathy with the mendicants are those who are themselves impoverished; those who have greater resources to give, do so, ostensibly selflessly, but reluctantly, and devoid of benevolence, an indication of the loss of moral compass in society. Tamilanban's message is, again, the value of compassion, and of a heartfelt response on the part of the giver to the beggar's predicament.

In poem 3, 'What is Valluvam', Tamilanban introduces us to 'Valluvam' (வள்ளுவம் *Vaḷḷuvam*), an abstract noun denoting essentially the philosophy of Valluvar, incorporating, among other virtues, the universals of justice, equality and compassion. He points out that Valluvam, as an empowering force, is not simply a human concept, but a central aspect of the natural world:

> Before humans articulated
> Valluvam
> as a principle of theirs,
> Nature
> had declared it
> as her own.

In this, Tamilanban, reveals symbolically the relational world view (Kovach, 2009: 34) of the interaction of Humanity and Nature: both the social and natural environments have strong influences on human relations.

In *Greetings, Valluvar!*, Erode Tamilanban weaves Tamil myths, epic history, and symbolism, not merely to echo Valluvar's values, but to use as a bridge to demonstrate their enduring relevance. For example, in poem 22, 'To mould and cast the world-man', he writes:

> Young and old
> sat equally
> in the eyes of Poongundran.

Kaniyan Poongundran was an influential poet and philosopher, who lived possibly during the sixth to the fourth centuries BC. His rejection of social stratification, and his emphasis on the universality of humankind, are summed up in his famous line,

> Everywhere is my home, everyone is my kin,

which Tamilanban not only incorporates into his own poem, but also pays homage to the works of Walt Whitman, and of the Nobel laureate Pablo Neruda, who shared analogous sentiments over the profile and interconnectedness of humanity. In 'To mould and cast the world-man', we read:

Pablo Neruda, who said
that the skin of the Earth
is everywhere the same,
and Walt Whitman,
who laved the world with his poetry
of The Man I sing,
are those
who revived the stylus of Poongundran.

The first reference is to Pablo Neruda's poem *Demasiados nombres* ('Too many names') (1958):

Nadie puede llamarse Pedro,	**Nobody can assume the name Peter,**
ninguna es Rosa ni María,	**no one is Rose or Mary,**
todos somos polvo o arena,	**we are all dust or sand,**
todos somos lluvia en la lluvia.	**we are all rain in the rain.**
Me han hablado de Venezuelas,	**People have told me of Venezuelas,**
de Paraguayes y de Chiles,	**of Paraguays and of Chiles;**
no sé de lo que están hablando:	**I don't know what it is they're talking about.**
conozco la piel de la Tierra	**I am awake only to the skin of the Earth**
y sé que no tiene apellido.	**and I know that it has no name.**

For Neruda, 'the skin of the Earth' is the common surface of the globe which exists in nature, but which human beings have arbitrarily compartmentalised with superimposed, artificial, political borders.

The second reference is to Walt Whitman's thematic poem, *One's-Self I Sing* (1871: 7), reflecting on individuality, democracy and freedom:

Of Life immense in passion, pulse, and power,
Cheerful – for freest action form'd, under the laws divine,
The Modern Man I sing.

Here, Whitman refashions the incipit of Virgil's Aeneid (*c.*29 BC): *Arma virumque cano* ('Arms, and the Man I sing' [Dryden, 1697: 201]), with his Modern Man conceived as the natural oneness of humanity, and the verse summarising the Preamble to the United States Declaration of Independence of 1776:

We hold these truths to be self-evident, that all men are created equal, that they are endowed by their Creator with certain unalienable Rights, that among these are Life, Liberty and the pursuit of Happiness.

Walt Whitman and Pablo Neruda, through their echoes of the Weltanschauung of the *Tirukkural*, are, with Erode Tamilanban, heirs in our own time of *Valluvar*, urging us to recognise the values of the shared human experience.

வணக்கம் வள்ளுவ!

Greetings, Valluvar!

1

வணக்கம் வள்ளுவ!

வண்ணங்களுக்கு அப்பால் போய்
எப்படி
எண்ண முடிந்தது உன்னால்?

ஓசை ஒலிகள் காணாத எல்லையில்
போய்
எப்படி உன்னால்
வார்த்தைகள் தேடும் பொருளை
வாரிக் கொண்டுவர முடிந்தது?

தமிழ்க் கிண்ணத்தில்
உலகத்தை எப்படி
நிரப்பி வைத்தாய்?

காலம்
உன் கருத்துகளின் சந்திப்பில்
தனது
கோடுகளைக் கலைத்துவிட்டது

மானுட ஆன்மிகத்தை முன்மொழிந்த
உன்னைச்
சமய ஆன்மிகம்
தழுவ முடியாமல்
தள்ளி நின்று தவித்தது

இலக்கணம் தவறிய கடவுளர்கள்
உன்
இரண்டடிக்குள் வந்து
தங்களைத்
திருத்திக்கொள்ளும் முன்
மாசு கழுவி
மானுடரை மன்றத்துள்
முந்தி இருக்கச் செய்தாய்

Greetings, Valluvar!

How was it that your thoughts
could soar
beyond colour and caste?

How could you reap
meanings sought
by words
on frontiers
unreached by sounds and diction?

How did you charge
the Tamil cup full
with the world?

At the meeting of your ideas,
Time
has erased
its furrows.

Religious spirituality
stood apart, panting,
unable to embrace you
who proposed
human spirituality.

Before gods erring in grammar
could come
to correct
themselves,
in your couplets
you had earlier ushered
into the assembly of the learned
humans cleansed of blemishes.

இல்லறக் கதவுகளைத்
திறந்து வந்த
துறவற ஞானிகள்
வேள்வி நெருப்பில்
ஊருக்கு அருள் சமைத்தனர்

பதம் பார்த்துச் சொல்ல
பக்கத்திலேயே
உட்காரவைத்தனர் உன்னை

போதி மாதவன்
உன் சிந்தனைக்குள் புகுந்து
தானும் சிந்தித்தான்.

உண்மை உடை தரித்த
பொய்ப் பொருள்கள்
மெய்ப் பொருள்கள் காணும்
அறிவிடமிருந்து அகலும் வேளை
மங்கிய குரலில் மன்னிப்புக் கேட்டன

விருஷப தேவரின் மவுனத்தைப்
பெருகாத இரத்தப் பெருக்கிற்கு அப்பால்
இருந்த
உயிர்க் குலத்தின் உதடுகளில்
உட்கார்ந்த நீ
உச்சரித்தாய்

கருவறைகளில்
சமத்துவ சாசனம் வரைந்து உன்
வார்த்தைகள்
நியாய வாசம் வீசின

தராசு முள்களை மழுங்கடித்த
மனு தர்மத் தட்டுகளில்
மனிதச் சதைகளை எடைபோடும்
சந்தைக்குள்
சந்தேகங்களின் எடை
கனத்தது

வழிபாடுகளையும் வரிகளையும்
வற்புறுத்திய
தெய்வ பிம்பங்களிலிருந்து
மன்னர்களை உரித்தெடுத்தாய்

In sacrificial fires,
renunciant sages,
coming out through the portals
of marital life,
concocted grace for the city.

To test its consistency,
they seated you
alongside.

Lord Buddha
entered your thoughts
and meditated.

In a faint voice,
false objects, clad in truth,
sought apologies
when they departed
from visible realities.

Seated on the lips of life caste,
you pronounced
the silence
of Rishabhadeva
beyond the overflow
of staunched blood.

Your words that drew up
the charter of egalitarianism
in sancta sanctorum,
emitted the scent of justice.

On Manu's dharma scales
that blunted the pointers of the balance,
in the markets
of human flesh
the weight of suspicions
was heavy.

You extracted kings
from divine images
who insisted
on worship and taxes.

அரசர்களின் இதயங்களில் இருந்து
ஆணையிட்டுக்கொண்டிருந்த
அதிகாரங்களை அப்புறப்படுத்திவிட்டு
மக்களை அங்கு நீ அமர வைத்தாய்!

பாதி அச்சமும் பாதி வெட்கமுமாய்க்
குடிமக்கள்
அரசர்கள் செங்கோலைத் தமது
விரலோரத்தை அனுப்பித்
தொட்டுப் பார்த்தனர்.

மன்னர்களின்
வாளை, வேலை, கோட்டை,
கொத்தளத்தைத்
தூக்கிக் கொண்டலைந்த வார்த்தைகள்
மக்களை, இரக்கத்தை, நீதி நேர்மையைத்
தோள்களில் சுமந்தன

மக்கள் தலைக்குமேல் உன் குறட்பா
குடை பிடித்தது
மன்னர்கள் நினைவுக்குள் பெருகியது
நிழல் வெள்ளம்.

அறங்களைப் பேசிய நீயே
காதலர் கண்களில் மலரும்
கவிதைகளுக்கு
அர்த்தம் சொல்ல முற்பட்டது
விந்தைதான்

ஒரு சொல்லுக்கும்
மறு சொல்லுக்கும்
இடையே
ஒரு நூறு வானத்திற்கும்
ஒரு நூறு கடலுக்கும்
இடம் வைத்திருக்கும் உன் நூலின்...
இன்பத்துப் பாலில்
தமிழ்த்தாய் தனது கன்னிமைக் காலத்துக்
கனவுகளை ஆசையோடு அள்ளிக்
கொள்கிறாள் !

You removed the powers
giving orders
from kings' hearts,
and put people in place there.

Half in fear, half in diffidence,
citizens
touched over
the royal sceptre
with their fingertips.

Words that once brandished
kings' swords,
spears, forts,
and bastions
now espoused
people, compassion, justice and honesty.

Your couplets held a parasol
over the people's heads,
and in the kings' memory
deluged a shadow.

How wonderful it is
that you who spoke ethics,
explained the meaning
of the poems
blossoming in lovers' eyes.

Between
one word
and the next,
space there is
for a hundred skies
and a hundred seas;
in your work's part on Love,
Mother Tamil
gathers fondly the dreams
of her youth.

தொல்காப்பிய வாசற்படி விட்டிறங்கிய
கைக்கிளை
நீ பார்த்த பார்வையில்
நூற்பாவுக்குள் ஓடி நுழைந்து
வேர்வை துடைத்துக்கொண்டது

கைக்கிளையின்
கைகளைப் பற்றிக்கொண்டு
விசாரித்த பெருந்திணை
கைவிட்டுவிட்டது
குறட்பாவுள் இடம் கேட்டுக் கோரிக்கை
வைப்பதை.

பரத்தையர் பார்வை விழுந்து
காமத்துப்பால் திரிந்து போகாமல் நீ
பாதுகாத்தது சரிதான்; ஆனால்
வரைவின் மகளிர், பெண்வழிச் சேரல்
பற்றியெல்லாம் நீ பேசியவை சரியா?

இப்படி,
வினாக்கள் எம்மிடம் இருந்தாலும்
எப்படிக் கேட்பது உன்னை?
இசையைத் தூக்கிலே போட்டவர்களோடு
பாடல் விவாதம் நடத்தச் சம்மதிக்குமா?

உன் இரண்டடிகளில்
வேர்வைத்து வளர்ந்த வெளிச்சம்
சூரியனில், நிலாவில், நட்சத்திரங்களில்
வளர்கிறது
எங்கள் வாழ்க்கையிலும்
வளர்கிறது என்று
எப்போது நாங்கள் சொல்வோமோ?

உன் கண்களில் குளித்தெழுந்த ஈரம்
பனியில், மழையில்,
கவிதைகளில் இருக்கிறது.
எங்கள் உள்ளங்களில்
இருக்கிறது என்று
எப்போது நாங்கள் சொல்வோமோ?

●

Seeing the look that you cast,
the *kaikkilai* left
from the *Tolkappiyam* threshold,
rushed into the *nurpa*
and wiped away its perspiration.

After enquiring of the *kaikkilai*
clasping its hands together,
the *peruntinai*
gave up
requesting
a place in the *Kural.*

You well protected
the part on Love from souring
through the view of harlots;[1] but
was all you said of whores and henpeckers
appropriate?

Thus,
although we have questions,
how do we question you?
Would any song agree to debate
with music's hangmen?

The light grown rooted
in your couplets
grows in the sun, the moon,
and the stars.
When might we say
that it grows
in our lives too?

The compassion welling in your eyes
lives in the dew,
the rain, and poetry.
When might we say
that it lives
in our hearts too?

●

---

1. The lines turn on the polysemy of பால் *pāl:* (i) part; (ii) milk, with the use of திரி 'to sour, to curdle (of milk)' in reference to Love, the theme of the third part of the *Tirukkural.*

2

எட்டாவது சீர்...

ஏழாவது சுரம்
கதவை இழுத்து மூடியதால்
எட்டாவது சுரம்
ஏமாந்து திரும்பியிருக்கலாம்

ஆனால் இசை தேவதை
ஆலாபனையை நிறுத்திவிட்டுக்
கதவைத் திறக்க
ஓடியிருக்க மாட்டாளா?

ஏழு வண்ண வில்
எழுதி வைத்திருக்கலாம் வாசலில்
'எட்டாவது வண்ணத்திற்கு
இங்கு இடம் இல்லை!'

அதற்காக
உறங்க முடியாத வானம்
நிறங்கள் நீங்கிய இரவுப் படுக்கையில்
வருந்தி அழுதிருக்காதா?

வாரத்திற்குள் வந்துவிடத் துடித்த
எட்டாவது கிழமை
ஞாயிறு அந்தியில் தீக்குளித்திருக்கலாம்

அதனால்
மாதத்தின் மார்பு துடித்து
வெடித்திருக்காதா?

வள்ளுவ!
எட்டாவது சீர்
உன்னைத் தேடி வந்தபோது
என்ன செய்தாய்?

The eighth *seer*...[1]

As the seventh note
drew the door to a close,
the eighth
might have turned back feeling rebuffed.

But would the muse of Music[2]
not have improvised a pause,
ere rushing
to open it again?

A bow of seven colours
might have inscribed on the doorway,
'No place here
for an eighth colour!'

For that,
would the sleepless sky
not have wept in grief
on the decoloured bed of the night?

Yearning to come within the weeks,
the eighth day would have immolated itself
in Sunday's evening twilight.

Because of that,
would the bosom of the month
not throb to bursting?

What did you do,
Valluvar,
when the eighth *seer*
came to seek you out?

---

1. A *seer* is a metrical foot in Tamil prosody. Each couplet of the *Tirukkural* comprises seven
   seers, four on the first line and three on the second.

2. Saraswati.

'போடுவதற்கு ஒன்றுமில்லை
போ'
என்று
வாசல் யாசகனை
வீடுகளில் விரட்டுவதுபோல்
விரட்டி விட்டாயா?

எட்டாவது சீர்
ஏன் உனக்குத் தேவைப்படவில்லை?

யாப்பு
கூப்பிட்டு மிரட்டியதால்
ஏற்பட்ட அச்சமா?
ஏழு சீர்களிலேயே
ஒளி தீர்ந்துபோனதா? – ஈற்று
முச்சீரடியில் உனக்கும்
மூச்சு முட்டியதா?

'காசும்' 'பிறப்பும்'
உன் முன் வந்து கண்களைக்
கசக்கினவா?

'நாளும்' 'மலரும்'
நச்சரித்தனவா?

இல்லை,
எட்டாவது சீர்தான்
அடுத்த குறளின் முதற் சீரா?

அப்படியே ஆனாலும்
கடைசிக் குறளின் காலடியே
எட்டாவது சீர் ஒன்று
தோளில் என்னைத் தூக்கிக்கொள்
என்று கெஞ்சியிருக்குமே!

கடலின்
கடைசி அலையின்
தாகத்தைத் தணிப்பது என் வேலை
இல்லை என்கிறாயா?
சிந்தனைகளை எண்ணியவனே
நீ
சீர்களை எண்ணவில்லையோ?

                    Greetings, Valluvar!

Did you turn it away,
like those
who say
to beggars
at their doors,
'Off with you! I've nothing to give'?

Why had you no need
of an eighth *seer*?

Was it because prosody
intimidated you
through fright?
Had all light in the seven *seers*
drained away?
In the final trimeter
were you left breathless?

Did the *kasu* and the *pirappu*
come before you,
rubbing their eyes?

Were you pestered
by the *naal* and the *malar*?

Or,
was the eighth *seer*
the first of the next couplet?

But even were that to be,
the sole of the final couplet
would have implored
an eighth *seer*
to shoulder it.

Did you say
that it was no task of yours
to quench the thirst
of the sea's final wave?
You counted in thoughts,
did you not,
rather than in *seers*?

உனக்கு
எண்ணங்களோ முக்கியம்
எங்களுக்கோ
எண்ணிக்கையே முக்கியம்.

ஏழு சீர்களில்
சொன்னதே எதற்கு என்று
எண்ணிக்கொண்டிருக்கிறேன்...
ஏன்
எட்டாவது சீர்க் கவலை உங்களுக்கு
என்கிறாயா ?
போதைப் 'பொருளுக்கு'
அறத்தையும் இன்பத்தையும்
அவசரமாய் அடகு வைப்பவர்கள்
நாங்கள்
அப்படித்தான் இருப்போம்.
வீடு தேடுகிற
வெறியில்
அறம் பொருள் இன்பத்தை
மிதித்துக்கொண்டு
ஓடுகிறவர்கள் நாங்கள்
அப்படித்தான் இருப்போம்.

இலக்கணக்காரன்
இப்போது எப்படி ஏங்குகிறான்
தெரியுமா ?

'எட்டாவது சீருக்கு
இடம் தந்திருந்தால் இன்னும் ஏதேனும்
சொல்லியிருப்பாயே !'

'வாய்ப்புள்ளவன்
அந்த ஒரு சீரில் சிந்தித்து
வரிகளைச் சமப்படுத்தட்டும்
என நான்தான்
விட்டு வைத்திருக்கிறேன்' என்கிறாயா ?

என்னோடு
நிறைவடைந்து விடவில்லை...
சிந்திக்க இடம்
இன்னும் உண்டு என்பதைக்
கோடி காட்டுகிறாயா ?

For you
rumination is key,
but for us,
numeration.

I keep thinking,
why seven seers
at all …
Why
does the eighth *seer*
so trouble you?
Hasty pawners of virtue and love
for the narcotic
of 'wealth' —
that's
who we are.
In a frenzied
search for *veedu*,
running and trampling
on virtue, wealth and love —
that's
what we do.

Do you know
now
how a grammarian pines?

'Had you been granted space
for the eighth *seer*, you would have
said more!'

Do you say, 'He is favoured,
having thought in that one *seer*
to balance the lines,
as
I have left'?

With me
it has not yet completed.
Do you hint
that there is still scope
for further thinking?

உண்மையின்
உள்ளத்திலிருந்து பேசுபவர்
எவரோ அவரே – நீ
எழுதாது விட்ட எட்டாவது சீரா?

ஆனால்
வள்ளுவ!

எட்டாவது சீர்கள் எல்லாம்
இப்போது உன் சிலை முன்
உண்ணாவிரதம் இருக்கின்றன.
என்ன கோரிக்கை தெரியுமா?

திரும்பவும்
நீ வந்து இன்னொரு திருக்குறள்
எழுதும்போது
ஏழு சீர்களுக்குள் இடம்தர வேண்டுமாம்!

●

Is he who speaks truth
from the heart
the eighth *seer*
which you left unwritten?

But,
Valluvar,

all the eighth seers are now on a fast
in front of your statue.[3]
Do you know what it is
that they are demanding?

That when you return
and write another *Tirukkural,*
you give them a place
in among the seven *seers.*

●

---

3. There are several idealised statues of Valluvar in Tamil Nadu. A well-known one, erected in 1968, stands on the Marina Beach promenade in Chennai. A more elaborate one was erected in 2000 on a rock next to the Vivekananda Rock Memorial in Kanniyakumari, at the tip of the Indian peninsula. The combined height of this statue and its pedestal is 133 feet (40.5 m), representing the 133 chapters of the *Tirukkural.* The pedestal is 38 feet (11.6 m) tall, representing the 38 chapters on Virtue, the first part of the *Tirukkural.* The second and third parts — Wealth and Love — are represented by the statue itself.

3

எது வள்ளுவம்?

விடியும்போது
வானம் வள்ளுவம்
பொழியும்போது
மழை வள்ளுவம்

எரிக்க வேண்டியதை எரிக்கத்
தவணை கேட்காத
நெருப்பும்

அற்ப ஆயுளில்
முடிந்து போகாதபடி
அறத்தின் சுவாசப் பைக்கு
அவசியமாகும்
காற்றும் வள்ளுவம்

கர்ப்பம் தரிக்கும்போது
பூமி வள்ளுவம்

பயிர்களின் தாகத்தை
நினைத்தபடி பாயும் நதியின்
ஈர ஆன்மாவில்,
இன்றுகளின் உள்ளே இருந்து
கைகால்கள் அசைக்கும்
நாளைகளுக்குப் பால் சுரக்கும்
காலத்தின் மார்புகளில்
வாழ்வாங்கு வாழும் மனிதத்தில்
வாழ்வது வள்ளுவம்

நட்சத்திர ஒளியில்
நனையும் வார்த்தைகளில்,
விதையுள்ள எண்ணங்களில்;
வேர்விடும் உணர்வுகளில்
மனிதமும் வள்ளுவமும்
கைகுலுக்கிக்கொள்கின்றன.

What is Valluvam?

The sky when dawn breaks —
that is Valluvam;
the rain when showers fall —
that is Valluvam;

fire which demands
no respite
to burn what must be burned;

the air
that fills the lungs of righteousness,
saving them
from a premature end —
that too is Valluvam.

Valluvam is —
the earth in conception.

In the watery soul
of a river in flow
reflecting on crops' thirst,
from within our todays,
suckling our tomorrows
on the breasts of Time,
in the vitality
of life in humanity
lives Valluvam.

In words
bathed in starlight,
in seed-sown thoughts,
in rooted feelings,
humanity and Valluvam
meet with a handshake.

அடங்கி நிற்பவன்
உயரத்தை அளந்து சொல்ல
மலைகளின் கைகளில்
அளவுகோல்கள் கொடுக்கிறது
வள்ளுவம்

அது,
அலைகளைப்
பிளந்துகொண்டு வெளியே வந்து
கடலின் ஆழம்
அதிசயிக்கும்படி
ஆயிரம் ஆயிரம்
காணிப் பரப்பளவில்
ஒழுக்கம் உள்ளவர் உள்ளத்தைப்
பயிரிட்டுவைக்கிறது.

வள்ளுவம்
இலைகளில் பசுமையையும்
மலர்களில் வண்ணங்களையும்
எழுதிய கையோடு
மனித
இதயங்களில் அன்பை
எழுதிவைக்கிறது.

நிலாவில்
குளிர்ச்சியை நிரப்பும் முன்
ஞானிகள் நெஞ்சில்
ஊற்றுகள் திறக்கிறது

பிறர்க்கெனத் தன்
எலும்புகளையும்
ஆவணம் செய்துவைப்பவன்
இறுதி நாளில்
சிரபுஞ்சிக் கண்களோடு
வழியனுப்பிவைப்பதும்,
அவன் பெயர் சொல்லி
அகன்ற உலகத் தெருக்களில்
அறம் நடுவிழாவை நடத்துவதும்
வள்ளுவம்.
அது
சூரிய வாசனை உள்ள
சொற்களால்

To gauge the height
of the meek,
Valluvam
places a measuring stave
in the hands of mountains.

Breaking out
through the waves,
leaving the ocean's depths
awestruck,
over cawneys
in thousands
it cultivates
the minds
of the virtuous.

Valluvam paints
the green in leaves
and the tints
in flowers;
and in human hearts,
it inscribes
love.

Before suffusing the moon
with coolness,
it opens springs
in sages' hearts.

It is Valluvam that,
with Cherrapunji eyes,
bids farewell
on the day of the funeral
of him who gives others
the rights even to his bones;
it is Valluvam too that conducts
the festival of virtue-planting
in his name
in the wide streets of the world.
With words of the fragrance
of the sun,
it writes a textbook,

பாடநூல் தயாரித்துச்
சொல்லிக் கொடுக்கிறது;
கற்றவழி நடப்பவர்க்கே
பட்டமளிப்பு விழா நடத்துகிறது.

ஆள்பவன்
மக்களால் ஆளப்படுபவனே
என்று சொன்ன அதன் பொறுப்பில்
அரண்மனைச் சாவிகள்
அடைக்கலமாக,
மகுடங்கள்
மாணிக்கக் கற்களை உதிர்த்துவிட்டு
மக்களைப் பதித்துக்கொள்கின்றன.

காதலர்கள்
முத்தங்களைத் தொகுக்கும்
காடுகளில்
பூக்களைத் திறந்து கொண்டுவந்து
வாழ்த்துப் பொழிகிறது வள்ளுவம்

அவர்கள் பிரிவுகளில் எல்லாம்
காதலை வளர்க்க
வள்ளுவம் செய்வது
உரத் தொழிற்சாலைகளில்
அவசர உற்பத்தி!

இல்லற நாள்களில்
மழலைகள் கைகளில்
கிலுகிலுப்பை அசைத்து
மாயக்
கிளுகிளுப்பை ஊட்டும் வள்ளுவம்

வரும்
விருந்தை வரவேற்கும்
வாசலில் கோலம் போடப்
புள்ளியும் கோடும்
அள்ளிக் கொடுக்கிறது.

teaches,
and holds a convocation
for those who abide
by what they have learned.

As the keys to the palace
went into the custody of Valluvam,
which said
that the ruler is ruled
by the people,[1]
crowns
shed their rubies and,
in their place, enchase people.

In forests
where lovers
amass kisses,
Valluvam opens out flowers
and showers blessings.

In all their separations
to grow love,
Valluvam
speeds up production
in fertiliser units.

In household days,
Valluvam charms the children
with thrills
by shaking rattles
in their hands.

To welcome
visiting guests,
it gives abundant dots and lines
for drawing a *kolam*
at the house front.

---

1. The allusion here is to chapters 55 (couplets 541–550) செங்கோன்மை *ceṅkōṉmai* 'On just rule' and 56 (couplets 551–560) கொடுங்கோன்மை *koṭuṅkōṉmai* 'On tyranny' (Diaz) of the *Tirukkuraḷ*: see especially couplet 548, 'The king, who is not easy of access, and does not render justice according to law and procedure, | Will by himself go into oblivion before long and perish' (Diaz); and couplet 555, 'There is no weapon more potent than the bitter tears of the people, | Who are groaning under the oppression of a king' (Diaz).

பசித்தவன் வயிற்றில்
பற்றி எரியும் நெருப்பிடம்
படைத்தவன்
முகவரியைக் கொடுத்துப்
'பாதகம் இல்லை தாக்கு'
என்று
அனுப்புகிற வள்ளுவம்.

ஈகையாளன் கரங்களில்
'மறுக்காதே
இந்தா பிடி' என்று
புகழ்கள் புகழும் புகழை
எடுத்துப் போடுகிறது

கோடிகோடி
எலும்புகளை மென்றுதின்ற
சாவு,
இசைபட வாழ்பவன்
எலும்புகள் கிடைக்காமல்
ஓடி ஒளிகிறது.

வள்ளுவம்
எமது நெறி என்று மனிதர்
சொல்லும் முன்
சொல்லியது இயற்கை
'வள்ளுவம்
எமது நெறி!'

●

Valluvam
gives the address of the Creator
to the fire
blazing in the stomachs
of the hungry,
and sends the word,
'No harm, attack.'

It tosses into the hands
of the philanthrope
praises praising praise,
saying, 'Don't refuse,
accept it.'

Death that gnawed
millions upon millions
of bones,
finding none of those
of him who lives in glory,
runs and hides.[2]

Before humans articulated
Valluvam
as a principle of theirs,
Nature
had declared it
as her own.

●

2 . See *Tirukkural,* couplet 72: 'Those without affection in their hearts will keep all they have for
    themselves' | The tender-hearted will even give away their bones' (Diaz); and couplet 231:
    'In life, nothing is as worthwhile as | The public esteem arising out of charity' (Diaz).

4

வள்ளுவர் வழங்கும் விடுதலை

தாயாய், தந்தையாய்,
மகனாய், மகளாய், மாமனாய்,
அத்தையாய் மானுடத்தை
வளர்த்தெடுக்க வந்தவரில்லை
வள்ளுவர்.

இவ்வுறவுகளில் எல்லாம்
இருப்பதும் இல்லாமல் இருப்பதுமான
மனுசியை, மனிதனைக் கண்டெடுக்க,
வளர்த்தெடுக்க வந்தவர் அவர்.
ஆள்பவனாய், ஆளப்படுபவனாய்,
காவலனாய், நீதிபதியாய்,
உழைப்பவனாய், உறிஞ்சுபவனாய்
மானுடத்திலிருந்து
பதவியர்களை, பாட்டாளிகளை
உரித்தெடுத்துவைப்பதற்கு
வந்தவரில்லை வள்ளுவர்...

வள்ளுவர்
வந்தது மானுடத்தை விடுதலை செய்ய!
உறவுகளால் ஆகும் அன்பைவிட
அன்பினால் ஆகும் உறவே
உயர்ந்தது!
வள்ளுவர்
மானிடனை மீட்டெடுக்கப் போராடினார்.

கடவுளையே கோயில்களிலிருந்து
விடுதலை செய்தவர் அவர்;
குருக்கள், குடமுழுக்குகள், தட்சிணை,
பிரசாதம், உண்டியல், உற்சவம் எல்லாவற்றையும்
பொறுத்துக்கொண்டு
கோயிலில் சிறைப்பட்டுக் கிடந்த

4

Freedom vouchsafed by Valluvar

Valluvar came not to cultivate
the humanity
in a mother or father,
a son or daughter,
an uncle, or an aunt,

but to nurture
the Man
and the Woman
present or absent in all of these.
Valluvar
came not to reprove
those in the stewardship
of mankind,
toiling as rulers or ruled,
as wards or judges,
as sloggers or as spongers,

but
to liberate mankind.
Greater are bonds through love
than is love through bonds.
Valluvar
battled
for Man's redemption.

He liberated God from the temples.
Brooking
clerics, consecrations,
alms, and oblations,
hundis, and festivals,
God was confined.

கடவுளை வள்ளுவர் விடுதலை செய்தார்.
செம்பிலிருந்தும் கல்லிலிருந்தும்,
வள்ளுவர்
கடவுளை விடுதலை செய்தார்.

ஆனால்
திருந்தாத மக்கள்
கடவுளைக்
கைதியாக்கித்
தண்டித்துக் கொண்டிருக்கின்றனர்
இன்னும்...
வள்ளுவர்
மலைகளோடு போராடவில்லை
உயரங்களை விடுதலை செய்ய.

பூமியோடு போராடவில்லை
விதைகளின் கதைகளை விடுதலை செய்ய.

வானத்தோடு போராடவில்லை
திசைகளை விடுதலை செய்ய.

முப்பதாயிரம் விளக்குகள்
வள்ளுவர் மூளையில் எரிந்துகொண்டிருந்தன;
உறங்க முடிந்ததில்லை அவரால்.

தெருக்களிலேயே
ஊர்களைப் புதைப்பதுபோல்
விளக்குகளிலேயே
வெளிச்சத்தைப் புதைப்பதுபோல்
மனிதனை
மனிதனுக்குள்ளேயே
வாழ்க்கை புதைத்தது!
பார்த்த
வள்ளுவர் உள்ளம் பதைத்தது.

விபத்துகளால்
இறந்தவர்களைவிட இரக்கத்திற்கு
உரியவர்கள்,
விபத்துகளாய்
விபத்துகளால்
இருந்துகொண்டிருப்பவர்கள்!

Valluvar
set Him free
from the bronze
and the stone.

But —
a boorish
populace
still
holds God captive
and punishes Him ...
Valluvar
did not do battle with mountains
in order to unleash heights,

nor with the earth
to strew seeds' tales,

nor with the sky
to disperse compass-bearings.

With thirty thousand lamps
afire in his brain,
Valluvar was unable to sleep.

Like burying whole towns
in streets,
or burying light itself
in lamps,
Life buried
Man
within man,
which Valluvar eyed
with flurried heart.

Those who have survived accidents,
and remained as accidents,
are more deserving
of pity
than those who have succumbed
in accidents.

வள்ளுவரின் உறங்காத
இரவுகளிலிருந்து ஊற்றுகள்
கண் திறந்தன...

காலம்
பகல் இரவுகளைத் தர முடியும்;
வாழ்க்கையைத் தர முடியுமா?

காலம்
பிறப்பு இறப்புகளைத் தர முடியும்;
வாழ்க்கையைத் தர முடியுமா?

காலத்தையும்
வாழவைக்கும் மனிதன்
காரணங்களால் மிரட்டப்படுகிறான்;
காரியங்களால்
வாயடைத்து வைக்கப்படுகிறான்.

'இலை உதிர் காலம்
எனக்குத் தெரியாது'
எந்த மரம் இப்படிச் சொல்லும்?

'வசந்தம் வருவதும் போவதும்
யாருக்குத் தெரியும்?'
எந்தக் குயில் இப்படிச் சொல்லும்?

'கோடைக் காலம்
எனக்குத் தெரியாது'
எந்தப் பங்குனி இப்படிச் சொல்லும்?

'மாரிக் காலம் பற்றி
எங்களுக்குத் தெரியாது'
எந்தக் குளமும் ஏரியும் இப்படிச் சொல்லும்?

மனிதனுக்கு மட்டுமே
வாழ்க்கையின் வெப்பம், ஈரம்,
நிறம், குணம், மணம்
எதுவும் தெரியவில்லை!

மனிதனை விடுதலை செய்யக்
கடவுளால், அரசாங்கத்தால்,
படை, குடி, கூழ், அமைச்சால் முடியாது.

    Greetings, Valluvar!

From Valluvar's wakeful nights
did the eye
of the wellsprings open.

Time
may confer days and nights;
but can it bestow life?

Time
may confer births and deaths;
but can it bestow life?

Man who gives life
to Time
is menaced by causes,
silenced
by effects.

Which tree
would say,
'I know not the autumn'?

'Who knows
when spring will come and go?'
Which koel would utter this?

And would Panguni ever exclaim,
'I don't know
the summer'?

'We know nothing
of the rainy season.'
Which pond or lake would state this?

Of life's heat, its freshness,
its complexion,
spirit, and fragrance,
man alone knows naught.

Man cannot be liberated by God,
nor by government, nor army, nor citizenry,
nor by wealth, nor by any ministry.

பின் ?
மனிதனை
மனிதனே விடுதலைசெய்ய முடியும்!

விடுதலைப் போரில் இறங்கும்
ஒவ்வொருவர் கையிலும் வள்ளுவர்
ஓர் ஆயுதம் தருகிறார்...

அந்த ஆயுதம்,
கிண்ணமான பின்னும் அதை விட்டு
விலகாத வெள்ளியைப் போல்
பானையான பின்னும் அதை விட்டு
விலகாத மண்ணைப் போல்
வென்ற பிறகும் மனிதனை விட்டு
விலகாத ஆயுதம்...
அன்பு.

●

                    Greetings, Valluvar!

Then?
Man
can be freed by man alone.

Valluvar puts him a weapon
in the hands of everyone who becomes involved
in a freedom struggle ...

That weapon,
like silver
bonded to a bowl,
like clay
elemental to a pot,
and one which will not leave man,
even after a victory, is ...

                love.

●

5

தன்மைகளும் உண்மைகளும்

ஒளியாய் இருப்பதும்
ஒளியைத் தொடுவதும்
அறிவென அறிவோம் வள்ளுவ!

அறிவது அறிவென நாங்கள்
அறிந்தாலும்
அறிவது எப்படியென்று அறிவித்தவன் நீ!

பொருள்களின் பெயர்களில்
பொருள்கள் இல்லை!
ஆம்!
ரோஜாவின் பெயரில் ரோஜா
இருக்காதுதான்!

தண்ணீர் என்னும் பெயரைப்
பிழிந்தால்
ஒருசொட்டுத் தண்ணீரும்
தராதுதான்!

ஆனால்
பொருளில் இருக்கும்
பொருள் தெரிந்தாலும்
பொருள் தெரியாது என்றாய் நீ!

ஏனெனில்
பொருளின் பொருளை மறைக்கும்
பொருள்கள்!

மெய்ப் பொருளின்மேல்
பொய்ப் பொருள்கள் அடைஅடையாய்க்
கட்டி,
தாமே மெய்ப் பொருளென
மருட்டும்...

Natural qualities and truths

We know, Valluvar,
that being light, and reaching light,
is knowledge.

Although we know
that knowledge is to know, it was you
who made known to us how we should know.

Things do not exist
within their names.
Indeed!
There is no rose
in the name 'rose'!

If you wring
the word 'water',
not even the least drop
will emerge!

But, you said,
although the identity
in the entity is known
its essence is not.

Because things
hide the identity
of the entities,

false things
clustering on true things
frighten themselves
as if they were true things…

காலத்தைக் கையகப்படுத்தும்
முயற்சிகளில் முனையும்...

கருத்துகள்
வளர்வதைவிட
கருத்துகள் பற்றிய கருத்துகள்
வேர்கள் இல்லாமலேயே
வேகமாய் வளர்ந்துவிடுகின்றன.
மூலவிதையும்
தெரிவதில்லை;
மூலவிதையிலிருந்து முளைத்ததும்
தெரிவதில்லை.

கடலுக்குள்
நதி பிரிக்கிற வேலையாக
மெய்ப் பொருள் காணும் கவலை!
ஆனால் ஒன்று...
எவருக்கும் எது பற்றியும் சொல்ல
உரிமை கொடுத்திருக்கிறாய்
வள்ளுவ!
யார் யார் வாயிடமிருந்தும்
கட்டளையிட்டடக்கும் கடிவாளம்
கழற்றப்பட்டது உன்னால்!

முத்திரை குத்தப்பட்டவரே
வார்த்தைகளை அதிகாரம் செய்யும்
வழக்கமும்...

ஒவ்வொரு வாசலிலும்
சந்தனக் கிண்ணம் அவர்களுக்கே
என்ற பட்டயமும்
உன்னால் நீக்கப்பட்டன.

ஆனால், அதனால்
ஐயங்களும் திரிபுகளும்
இருளோடு ஒப்பந்தம் எழுதிக்கொண்ட
எண்ணங்களும்
உடம்பெல்லாம் நாக்குகளான
போலி உண்மைகளும்
உண்மைப் பொய்களும்
தேர்கள் ஏறின...
ஊர் உலகைச் சேதப்படுத்த.

They attempt
to capture Time.

Notions on notions
bereft of all roots
grow
more rapidly
than do notions alone.
Neither is the original seed
manifest,
nor is its
sprouting.

The anxiety of unravelling true meaning
is like tracing a river
in the sea it entered.
But, there's one thing, Valluvar —
you have given to all
the right
to speak what they will.
Through you, from every mouth
the bridle of restraint
has been removed;

and the authority over words
traditionally practised
by the anointed.
You ended
their entitlement
to the ritual bowl of sandal
in their every doorway.
However,
doubts and distortions,

and thoughts coupled
in pacts with darkness,
false truths and true lies,
like each part of the body
turning into tongues,
have mounted chariots —
to lay waste the entire world.

உண்மை தேடும் அறிவுக்கு
உட்காயங்களும் புறக்காயங்களும்
அதன்
கைவிளக்கின் கழுத்தைத் திருகும்
குருபீடங்களும் கோலேந்திகளும்!

'தன்மைகள்'
தாண்டித் தாண்டிப் பொருள்களின்
உண்மைகள்
துடிப்பதைக் காணவல்ல
அறிவால்தான்
அலைகளைத் தாண்டிக்
கடல்களைக் காண முடியும்!

திசைகளைத் தாண்டி
வெளிகளைக் காண முடியும்!

வள்ளுவ!
நீ சொன்னதாய்ச் சொன்னவர்
சொற்களைக் கடந்தால் அல்லவா
நீ
சொன்னதைப்
புரிந்துகொள்ள முடியும்!

அப்போதும் தேவை
சூரியச் சல்லடையில்
சலித்துப் பார்க்கும் சூட்சுமம்!
தள்ளவும் கொள்ளவுமான
'தன்மைகள்'
உன் சொற்களிலும் இருக்கலாம் அல்லவா?

●

The internal and external wounds
to wisdom
are the priests and kings
who twist
the neck of its hand-lamp.

Only through that wisdom
that transcends 'qualities'
can one see the pulsating
of the truths,
of meaning,
see beyond the tides
to the oceans,

see the vasts afar
beyond the directions!

Ah, Valluvar,
only by transcending others' accounts
of your words
are we able
to determine
what it is that you actually said.

And even then some finesse is needed
to filter through the sieve of the sun.
May there perhaps be
acceptable and discardable
'qualities'
in your words?

●

6

அப்போது கேட்பேன்...

நிலாவுக்கு
அர்த்தம் சொன்னார்கள்;
முகம் என்றும் முறுவல் என்றும்
கன்னம் என்றும் புரிந்து,
நிலா என்னவென்றும் புரியாமல்
போனது.

கடல் என்பதற்குக்
கருத்துரை கேட்டேன்;
கவிதை, காதலி உள்ளம்,
உப்புத் திடல், கப்பல் வீதி
இப்படிக்
கடல் எனக்குத் தெரியாதபடி
கண்டதைக் கொட்டி
மூடிவிட்டனர்.

பூ
என்ன என்பது எனக்குப்
புரிந்தபோதும்,

பொருள் சொல்ல வந்தவர்கள்,
'குழந்தைகள் கன்னம்,
குமரிகள் சிரிப்பு,
வண்டின் படுக்கை,
மதுக்கிண்ணம், வாசவிடுதி...'
என்னென்னவோ சொல்லிப்
பூவுக்கு
நெடுந் தொலைவில்
என்னை
இழுத்துக்
கொண்டு
போய்
நிறுத்தினார்கள்.

Greetings, Valluvar!

Then will I ask …

The meaning of the moon,
they said,
was a face, a smile,
a cheek even.
But still I did not understand
what the moon was.

I asked for
the notion of the sea:
a poem, a lover's heart,
a briny expanse, a shipping trail.
In heaping up such things on the sea
they obscured it,
so that it remained
invisible to me.

Even though
I know
what a flower is,

meaningsmiths
crafted it
as a child's cheek,
girls' laughter,
a bee's quilt,
a goblet of nectar,
an abode of scent …
and so on.
They pulled me
far away
from the flower,
and
stood me there.

Erode Tamilanban

'அம்மாவை'
அர்த்தப்படுத்தி வார்த்தைகளால்
கூறுபோட்டுக் கொடுத்தார்கள்
துண்டு துணுக்குகளாய்த்
தெறித்து விழுந்தவளைத்
திரட்டிச் சேர்க்க முடியாமல்
திணறினேன்.

இப்படித்தான்
வள்ளுவர்க்குப் பொருள் சொல்ல
வந்தவர்கள்,
வள்ளுவர்க்குப் பொருள்
பரிமேலழகர் என்றார்கள்,
வள்ளுவர்க்குப் பொருள்
மணக்குடவர் என்றார்கள்...
வள்ளுவர்க்குப் பொருள்
மற்ற மற்ற மற்றையவர்கள்
என்றார்கள்.

வள்ளுவர்க்குப் பொருள்
வள்ளுவர் இல்லை என்றான பின்
வள்ளுவரை
ஏன் நான் படிக்க வேண்டும்?

தண்ணீரின் பொருள்
தண்ணீராக இல்லாவிட்டால்
அது
என் தாகத்தைத் தணிக்குமா?

எப்போது
எனக்கு வள்ளுவரின் வள்ளுவர்
கிடைப்பார்...?
அப்போது வள்ளுவரைக் கேட்பேன்
"எப்போது
எனக்கு நான் கிடைப்பேன்?"

●

Lending meaning to 'mother',
they divided her in pieces by words
and gave them up.
I struggled
to gather together
her scattered
shatterings.

Thus is was:
those who came to explain
the meaning of Valluvar
was Parimelazhagar,
that the meaning of Valluvar
was Manakkudavar…
the meaning of Valluvar
was so many others,
they said.

If, after all, Valluvar
does not mean Valluvar,
why should I read
Valluvar?

If water
does not mean water,
will it
allay my thirst?

When
will I find
Valluvar's Valluvar?
Then will I ask Valluvar,
'When
will I find myself?'

●

7

வள்ளுவர் வீணை வாசிக்கிறார்

ஒரு மாலை நேரம்
வள்ளுவ உள்ளம், அவர் கை வீணையில்
வெள்ளம் திறந்துவிட்டது.

மேற்குச் செவ்வரிக் கோடுகள்
கரையக் கரைய அவ்வெள்ளம்
உறங்கிக்கொண்டிருந்த நட்சத்திரங்களையும்
ஓடி எழுப்பியது.

பூமி உருண்டை அப்பண்ணில் அப்படியே
சொக்கியபடி சுழன்றது.

காற்றும் வானும் கொப்பளித்தன இன்பத்தில்
கடல் அலைகள்
இசை அலைகளிலிருந்து
கரையேற மாட்டாமல் தத்தளித்தன தித்திப்பில்.

சூல் உறா மேகங்களில்
நாத விந்துகள் வந்து வந்து விழ,
பொழியாத மழைக்குள் ஈரமும் விதைக் கனவுகளும்
துடித்தன.

வானவில் அள்ளிச் செருகிக்கொள்ள
வண்ண வண்ணமாய் வள்ளுவ இசை!
ஆசைகளை இதழ்களில் திறந்துவைத்த பூக்கள்
தேன் சிதறச் சிலுப்பிக்கொண்டன.

வள்ளுவ வீணை நரம்புகளில்
இல்லற இனிமை...
ஆயிரம் பல்லாயிரம் வீடுகளிலிருந்து
பிசகாத சுதிகள், பிசிறில்லாத தாளங்கள்!

Valluvar plays the veena

Hand on veena,
the heart of Valluvam
one eventide unleashed a flood.

As the crimson streaks
of the occident faded,
the torrent rose
to awaken the sleeping stars.

The earth's sphere spun
spellbound by the harmony.

The wind and the sky erupted in joy.
In that sweetness, the ocean's swell,
fusing with the waves of melody,
struggled to be free.

With sound-seed strewn
into infertile clouds,
seed-dreams flickered
in the unpoured rain.

The variegated music of Valluvar
for the rainbow to display!
Flowers, their desires flaunted on their petals,
swayed, and cascaded honey.

In Valluvar's veena-sinews
the joy of marital life —
from thousands, nay myriads, of homesteads,
perfect pitches, steady beats.

கைக்குழந்தைகள்
கிலுகிலுப்பை அசைக்கும்போதும்
முதியவர்கள்
சிற்றுரலில் வெற்றிலை பாக்கு இடிக்கும்போதும்
வள்ளுவ வீணை
மயக்க வலைகள் பின்னியது பின்னணியில் நின்று.
வாழ்க்கைத் தெருக்களின் வழியே
மனிதர்களை, அவர்களின்
கனவுகளில் சந்திக்கப் புறப்பட்ட
வள்ளுவ இசை
விழிப்புகளை விதைத்துக்கொண்டே
பயணப்பட்டது.

வீணை கொப்பளிக்க,
வள்ளுவர் விரல்கள் கொப்பளிக்க,
பண்ணெல்லாம் புண்ணாகி வலிக்க
பசியில், வறுமையில் கிடப்பவர்கள்
முனகல்கள்.

வேகும் தங்கள்
இரைப்பைக்குள்ளே விழுந்து
வெளியேற முடியாத மனிதர்கள்...
நரம்புகளும் நாதமும் சீறிச் சிவக்கச்
சமாதானப்படுத்த முடியாத
வள்ளுவர் செவிகளில்...
'கயவர்கள் கொடிறுகள்' உடைபடும் ஓசை.

இன்னொருபுறம்
இராச புரவிகளின் குளம்புகள் அடியில்
நொறுங்கும் குடிமக்கள்,
பெயரில்லாத தம் இராகங்களில்
கண்ணீராய் வழிந்தனர்.

பகல்களின் சாம்பலை
இரவு நதியில் கரைத்துக்கொண்டிருந்த மக்கள்
அரசின் அங்கீகாரம் பெற்ற கழுகுகளால்
கொத்தித் தின்னப்பட்டனர்.

நட்சத்திர விடுதிகளில்
அலங்காரம் செய்யப்பட்ட இரவு
மதுக் கோப்பைகளில் வழிந்தது.

Greetings, Valluvar!

While infants
shake rattles,
and old folks
grind betel leaves and areca nuts in tiny mortars,
the veena of Valluvam
weaves giddy medleys in the background.
The music of Valluvam set out
to encounter humans
in the streets of life,
seeding awakenings
in their dreams
along the way.

With the veena blistering,
blains swelling on Valluvar's fingers,
all the melodies wounded and in pain,
the moans of those engulfed in hunger
and poverty.

Men unable to flee
the fieriness
in their stomachs —
strings and sounds
growling red.
In Valluvar's implacable ears,
there is the grinding of 'rogue jaws'.

Elsewhere afield,
the hoi polloi, crushed
under the hooves of royal steeds,
flowed like tears
in nameless ragas.

People dissolving the days' ashes
in the river of the night
were pecked at and devoured
by gazetted vultures.

In star hotels,
the maquillée night
overflowed in wine glasses.

கிதார், தபலாக்கள்
இசையின் மாமிசத்தை
மசாலாக்களில் புரட்டி எடுத்தன.

தசைகளை வேகவைக்கும்
காம வக்கிரம் ஏறிய தலைகளுக்குள் இருந்து
மிருகங்கள் புறப்பட்டன.

வள்ளுவர் வீணை வைத்திருந்த
முத்தங்களும் முறுவல்களும் முரடுதட்டிய
ஓசைகளால்
சுட்டுத் தள்ளப்பட்டன.

மற்றொருபுறம்.
கனவுகளை மென்றுதின்ற இருள்களின்
கழிவுகளாக நாறிக்கிடந்தார்கள் மக்கள்.

ஆயிரமாயிரம் பிளவுகளின்
கூரிய
கழுக்கம்பங்களில்
மனிதத்தின் குருதி தாரை தாரையாய்...

வள்ளுவ இசை
விடியலின் மேட்டைத் தொடும் முன்பே
களைத்துப்போயின
அவர் வீணையும் அவர் கை விரல்களும்.

இன்னும்
ஒரு மாலை நேரம்
வள்ளுவர் வீணை மீட்டக்
கேட்க வேண்டும் நான்.

●

Guitars and tablas
whirled the mash of music
into piquant masalas.

From the skulls emerged beasts
charged with lust
capable of seething the flesh.

The kisses and smiles
of Valluvar's veena
were shot up by
the wild sounds.

Elsewhere again.
People stank like the refuse
of the shadows that chewed up dreams.

On sharpened
impaling-stakes,
in a million hollows,
streamed human blood.

Before even Valluvar's music
could touch the crest of the dawn,
his veena and his fingers
wearied.

For one more evening
do I desire to listen
to Valluvar
on the veena.

●

8

அன்றுதான் வள்ளுவர்
கடைசிக் குறட்பாவை எழுதினார்...!

கடைசி அலையோடு
கடலுக்குள் வந்துவிட்ட
நதியைப் போல்,
கடைசிக் குறட்பாவை முடித்து
நூலுக்குள்
நிறைந்துவிட்ட மகிழ்ச்சி
வள்ளுவர் கண்களில்
ஒளிபரப்பாகிக்கொண்டிருந்தது.

சம்மணம் போட்டு
வீட்டு முற்றத்தில் வீற்றிருந்த
அவர் முகம்
மலர்கள் எழுதிவைத்த ஒரு
கவிதைபோல்,
அமைதி தவழச்
சுடர்ந்துகொண்டிருந்தது
அந்த முன்னிரவுப் பொழுதில்.

அன்று
ஆகாயம், தன்னை
அதிகாரம் அதிகாரமாகப் பிரித்துத்
தொகுக்க முடியுமா என்று
ஆலோசித்தது.

ஞானக் கொலுசுகள் குலுங்கும்
அந்த இரவின் பாதங்களில்
ஓர் அலாதியான நடை;
திரவமான இரவு மார்பில்
ஈரம் கசிந்தது;
அதன் மூச்சில் அறம் கமழ்ந்தது.

8

On the very day that Valluvar penned his final couplet …!

Like that of a river
having flowed into the sea
with its final surge,
the joy glistening
in Valluvar's eyes
at his having penned
his book's final couplet
filled the airwaves.

He sat cross-legged
in the courtyard of his house,
in that evening twilight,
while his face glowed,
suffused with calm,
like a poem
scripted
by flowers.

On that day,
the sky pondered
whether it could edit itself
into chapter
and verse.

On the feet of the night
with tintinnabulating anklets of knowledge,
strode a singular gait;
from the liquid bosom of the night
seeped a tear,
virtue smelling sweet in its breath.

வள்ளுவர் அருகே
விளக்கு–
குறட்பாக்களின் வேர்களோடு
உரையாடி வந்த தெளிவு
வெளிச்சத்தில்.

இடுப்பில் ஒரு வேட்டி;
தோளில் ஒரு துண்டு;

உட்கார்ந்திருந்த அவர் அருகே
உட்கார்ந்திருந்தன பனை ஓலைகள்.
வள்ளுவர் எழுத்துகளுக்கு
அங்காந்திருந்தது எழுத்தாணி.

அவரும் அவர் குறட்பாக்களும்
தவிர
அப்போது யாருமில்லை வீட்டில்
தாகத்தோடு
அங்கு நுழைந்த காற்று
செப்பலோசை பருகி
வெளியேறியது.

முதல் உதட்டு அசைவிலேயே
தனது இசையை
முழுமையாகப் புரிந்துகொள்ளும்
நட்சத்திரங்கள்.

முதல் அசைவிலேயே தனது நடை
இன்னதென்று
அத்துபடி செய்துகொள்ளும்
ஆறுகள்.

முதல் அரும்பிலேயே
தனது முழு வனத்தையும்
திறந்துவைக்கும்
மலைகள்.

எல்லாம்
அன்றைய இரவு திறந்துவைத்த
நாழிகைகளுக்குள்
வள்ளுவ தரிசனம் பெற்றுப்
பேச்சொடுங்கி
நின்றன.

Close to Valluvar,
a lamp —
in its light,
a clarity
from dialogue with couplets.

Around his waist, a *vetti*;
on his shoulder, a *thundu*.

Seated likewise next to him,
olas.
And for Valluvar's lettering,
there pined a stylus.

Save for him and his couplets,
none other
remained in the house.
The wind, thirsting,
entered,
drank deep of the *seppalosai* rhythm
and left.

Stars
which perfectly divine
its music
in its very first uttered syllable;

rivers
thus comprehending
their flow
in its very first movement;

mountains
opening up
their whole forest
in its very first bud;

all these,
in those gloaming moments
of the day,
having received
a darshan of Valluvar,
lingered in beatific stillness.

நொடிகள்
நூற்றாண்டுகளாக மாறும் வேளை
அது.
காலவெளியில் வழிகாணப்
பிரபஞ்சம்,
தமிழ் விளக்கைத் தனது கையில்
தாங்கும் தருணம்.

வானகத்தில்
வாழ்வாங்கு வாழ முடியாத
தெய்வக் கூட்டம்,
வையத்து வரைபடத்தில்
வள்ளுவர் வாழிடத்தைத் தேடியது.

மானுட சாரம் மணக்கும்
குறளுக்குள்
சாரை சாரையாய் மக்கள்
நுழைவதை
வள்ளுவர் அருகே இருந்த
எழுதப்படாத பனை ஓலைகள்
இதயத்தில் ஓவியமாய் எழுதிப்
பார்த்தன.

சம்மணம் போட்டு
உட்கார்ந்திருந்த வள்ளுவர் முகத்தை
எழுத முடியுமா தன்னால் என்று
ஏங்கியது எழுத்தாணி.

பாதி மூடிய அவர் கண்மலர்களின்
புற இதழ்கள்மேல்
பனியில் நனைந்த ஒளி
வழிந்துகொண்டிருந்தது.

சுவாசத்தால்,
ஆன்ம நதியின் அலைகள்போல்
அவர் மார்புக்கூடு
எழுந்து படிந்து கொண்டிருந்தது.

செதுக்கி முடிக்கப்பட்டபின்
புத்தர் சிலையின் உதட்டில்
இயற்கையாய் அரும்பிய புன்னகை

It was a time
of seconds becoming centuries.
It was an instant
of the universe
clutching the Tamil lamp
to find its way
in the vastness of Time.

A pantheon of deities,
unable to live commendably
in the heavens,
scoured a map of the earth
for Valluvar's abode.

With people in rows
filing into the *Kural*,
so imbued
with the fragrance of humanity,
the blank olas
beside Valluvar
strove in their hearts
to fashion an artwork.

The stylus yearned
to be able to depict the face
of the seated, cross-legged,
Valluvar.

Dew-bathed light
was streaming
onto his half-closed lids,
the petals of his flower-eyes.

With his breathing,
his chest,
like the waves of a soul-river,
heaved and sank.

The chiselled finish
of Buddha's natural benign smile
gleamed
on the lips

Erode Tamilanban

சிலைபோல்
அமர்ந்திருந்த வள்ளுவர் உதட்டில்
ஒரு மின்னலைக் கொண்டுவந்து
வைத்தது.

எழுதி முடித்தாயிற்று;
இருட்டை உரித்து எடுத்த இரவின்
உள்ளத்தில்
உட்கார்ந்திருந்த ஒரு விளக்கு
பகல் விதைகளைப்
பனை ஓலைகள்மேல் தூவி
முடித்துவிட்டது.

தனது
படைப்புக்குள் மெல்ல மெல்லக்
கரைந்துகொண்டிருந்தார் வள்ளுவர்
ஆன்மா
தனது உடலுக்குள்
ஒன்றுவதுபோல்.

ஓலைத் தொட்டிலில்
கை கால்கள் அசைத்துக்கொண்டு
கிடப்பதுபோல் தெரிந்த
கடைசிக் குழந்தையைக் காண,
முன் பிறந்த குறட்பாக்கள்
முந்தின போட்டி போட்டுக்கொண்டு.

●

of the seated
statue-like
Valluvar.

The writing over,
a lamp,
settled
within the night
stripped of its darkness,
scattered day-seeds
on the olas.

Valluvar
was slowly dissolving
into his creation,
like the soul
becoming
one with the body.

Earlier-born couplets
vied with one another
to catch sight
of that last cherub
kicking
as if lying rocked in a palm-leaf cradle.

●

9

வள்ளுவரின் கனவாக...

வள்ளுவர்
உறங்கிக்கொண்டிருக்கிறார்
பனை ஓலையும் எழுத்தாணியும்
விழித்திருக்க;

எழுதி முடித்திருந்த குறட்பாக்களில்
செப்பலோசையோடு
இரத்தம் ஓடிக்கொண்டிருக்க
வள்ளுவர் உறங்கிக்கொண்டிருக்கிறார்

நானும் உறங்க வேண்டும்
வள்ளுவர்போல; ஆனால்
ஈராயிரம் ஆண்டு அடர்த்திகள்
என்னை மூடாதபடி.

காமத்துப் பாலில் மூழ்கி மீண்ட
என் வாலிபத்தின் துடிப்புகளோடு
நான் உறங்க வேண்டும்.

வெற்றுக் கனவுகள் எனது தூக்கத்தை
வேட்டையாடாதபடி
'மாசில சில' கனவுகள் எனது தூக்கத்தை
அர்த்தப்படுத்தும்படி...
எழுசீர்களில் எனக்குப் படுக்கை வேண்டும்.

வள்ளுவரின் தூக்கத்தில்
ஊற்றெடுக்கும் வெள்ளம்
காசு பிறப்பு நாள் மலர்களைக் கடந்து
எல்லையயற்றுப் பெருகுகிறது.
பூமி உடம்பெல்லாம் ஈரம்!

As Valluvar's dream…

While Valluvar sleeps,
the olas
and stylus
remain awake.

While Valluvar sleeps,
in the completed couplets
blood flows
in *seppalosai* rhythm.

Like Valluvar,
I too should sleep; but
without the weight of two millennia
to confine me.

With the zeal of my youth
redeemed by immersion in the part on Love,
I should sleep.

A bed of seven *seers* I need,
to enable me to sleep
unhaunted by empty dreams.
and to make my sleep meaningful
with flawless dreams.

The flood which surges
in Valluvar's sleep
swells beyond the confines
of *kasu, pirappu, naal* and *malar*.
The whole body of the earth is drenched!

மனிதரின் தூக்கத்திற்குள் வந்து
திருத்துவதற்காகக்
கனவுகளைக் கைவசம் வைத்திருக்கும்
வள்ளுவர்
விழிப்புகளில்
'அற்றம் காக்கும்' அறிவை
வீடுவீடாக விநியோகிக்கிறார்.

வள்ளுவர் உறங்கிக்கொண்டிருக்கிறார்
முப்பால் மடியில்
கிடக்கிறது உலகம் ஒரு குழந்தையாக.
வாழ்க்கை
மானுடத்தை உச்சரித்தது;
உச்சரிப்புகள் தொடாத தூரத்தில்
வானுறை தெய்வங்கள்.

உறக்கம் என்பது ஒடுக்கம் இல்லை;
ஒரு மையத்தில் குவிவு.
வள்ளுவ உறக்கம் எனக்கிதை உணர்த்தியது.

உறக்கப் புள்ளியை வள்ளுவ விரல்கள்
அழுத்தியபோது
எங்குமுள்ள தூக்கங்கள் மேலும்
பீச்சியடித்தது ஒளி.

நானும் உறங்க வேண்டும்
வள்ளுவர்போல்...
வள்ளுவர் தூக்கத்திற்குள்
ஒரு கனவாக நுழைந்துவிட
நானும் உறங்க வேண்டும்.

என் நனவுகளை இரவு மேட்டில்
எரியூட்டிவிட்டு
வைகறைப்போது ஒன்றில் நான்
வள்ளுவர் கனவாக விடிந்துவிட வேண்டும்!

●

Holding in his hand
dreams to enter into man's sleep
to reform him,
Valluvar distributes wisdom
from house to house
in 'awakenings'
to stave off ruin.[1]

Valluvar is asleep
in the lap of the tripartite *Kural*;
at his side, lies the world like an infant.
Life
pronounced humanity;
remote from words,
the heaven-dwelling gods.

Valluvar's sleep gave me to understand
that sleep is not a retreat,
rather a focused convergence.

When Valluvar's fingers
pressed the sleep-point,
light burst forth
on sleeps everywhere.

Like Valluvar,
I too should sleep.
To enter Valluvar's sleep
as a dream,
I too should sleep.

Having set my wakeful realities alight
on a mound of darkness,
one morning at the break of dawn
I should rise as a Valluvar dream.

●

---

1. See *Tirukkural*, couplet 421: 'Wisdom is a weapon of defence | An inner fortress no foe can
   raze' (Sundaram).

10

வசப்படுவாயா வள்ளுவ?

ஒரே
பூவுக்கு ஒவ்வொரு வண்டும்
ஒவ்வொரு விதமாய்ப்
பொழிப்புரை எழுதுமோ?

பறவைகளுக்கு ஏற்றபடி
வானத்திற்குப்
பலப் பலவாய்ப் பதவுரைகளா?

மீனுக்கு மீன்
கடல், கருத்துப்படல் மாறுமோ?

வள்ளுவ!
உன் குறட்பாக்கள்
ஒவ்வொருவருக்கும் ஒவ்வொரு விதமாக...

ஏன் இப்படி
முகம் மாறி முகம் மாறி
உன் அகம் வெளிப்பட வேண்டும்?

இல்லை
ஆளுக்குத் தக்கபடி உனது
அகமே மாறுபட வேண்டும்?

புரியவில்லை
புதுக்கவிதை என்பவர்க்குப்
புரியாதது உன் குறளும்தான் என்பேன்...

பரிமேலழகருக்குப்
புரிந்தது
காளிங்கருக்கு;
காளிங்கருக்குப்
புரிந்தது
பரிதியாருக்கு;

Greetings, Valluvar!

Will you be in our possession, Valluvar?

Would individual bees
construe
the same flower
differently?

Would the sky
have different meanings
for different birds?

Would the perception of the sea
change from fish to fish?

Each of your *Kural* couplets,
Valluvar,
is different for different people.

Why should your face
have to be changed so frequently
for your inner self not to be revealed?

Rather,
should your inner self
vary for each person?

To one who says
that New Poetry is not intelligible,
I would say, neither is your *Kural*...

What Parimelazhagar
understood,
Kaalingar did not;
what Kaalingar
understood,

பரிதியாருக்குப்
புரிந்தது
மணக்குடவர்க்கு;
மணக்குடவர்க்குப் புரிந்தது
மற்றவர்க்குப்
புரியாமல்... புரியாமல்...
ஒற்றைப் புரிதலை உதறி எறிந்த
உனது படைப்பைப்
புரிதல்களின் நெரிசலில்
புரியாமல் தேடுகிறோம்.

ஆயிரம் சாவிகளால் திறக்கப்படும்
அதிசயப் பூட்டு, உனது நூல்!
திறப்புகளால் நிரப்பிவைத்திருக்கும் உன் பூட்டை
உடைக்காத குறை...
ஆள் ஆளுக்கும் அள்ளி வருகிறார்கள்
அர்த்தங்களை !

அர்த்த நேர்மையை அழித்தழித்து
அவரவர் சொல்வதே
உன் அர்த்தமென வாதாடுவதை
வள்ளுவ, நீ
பார்த்துச் சிரிப்பது புரிகிறது எனக்கு.

ஒவ்வொருவர்
உதட்டிலிருந்தும் உன்னை நீயே
மறுப்பதாக ... இல்லை
மறைப்பதாகப்
பொருள்படுவதில் என்ன பொருள் ?

உன்
ஞானவேர்
பாய்ந்து பரவும் இடத்தில்
எத்தனை நிறங்கள் கொட்டிக் கிடக்கின்றன ?

உன்
மூல ஊற்று
கண் திறக்கும் இடத்தில்
எத்தனை
வெளிவராச் சூரியர்கள்
விரதம் இருக்கின்றனர் ?

Paridhiyaar did not;
what Paridhiyaar
understood,
Manakkudavar did not…
what Manakkudavar
understood
others indeed did not…
In the welter of understandings,
we, without understanding,
seek your creation,
which has forsaken a single understanding.

Your work is a wondrous lock
to be opened by a thousand keys!
Short of breaking your lock
filled with openings…
all come,
lavishly scooping up meanings!

Extinguishing the honesty of meaning,
all contend that what they say
is what you mean;
and when you see this, Valluvar,
you laugh — that I understand.

What is the meaning
in the signification
of disavowing,
nay, obscuring, yourself
from everyone's lips?

What a wealth of colours
shower
over where your wisdom-root
spreads!

How many
unrisen suns
are fasting
where
your fountain
springs forth?

Erode Tamilanban

வார்த்தைகளை
மனச்சான்றுக்கு மாறாக
நாடகமாடவைப்பதில்
உனக்கென்ன இன்பம்?

எப்படி எப்போது வார்த்தைகளுக்குள்
நுழைவது என்று தடுமாறும்படி
அர்த்தங்களை
வெளியே நிற்கவைத்து
வேடிக்கை பார்ப்பதில்
அப்படி என்ன உனக்கு விளையாட்டு?

அறிவில் புரிகிறாய் சிலருக்கு
அனுபவத்தில் புரிகிறாய் சிலருக்கு
இரண்டிலும் புரியாமல் போகிறாய்
பலருக்கு.

வள்ளுவ
இப்படித்தான் – ஆம்
இப்படித்தான்
வார்த்தைகளால் உரை வரையும்போது
வசப்படாமல் போகிறாய்.

வாழ்க்கையால்
யாரேனும் உரை எழுதிக்காட்டினால்
நீ
வசப்படாமல் போக முடியுமா?

●

What pleasure
do you derive
in making words act
contrary to conscience?

What fun do you find
in keeping the meanings
on the outside
so that they are confused
as to how and when
to enter into words?

Some people understand you
through knowledge,
some through experience;
many through neither.

In this manner, yes,
Valluvar,
in this manner,
when a commentary is written in words,
you go beyond our possession.

But should anyone write
a commentary through life
could you
go beyond his possession?

●

11

வள்ளுவர் வருந்தினார்

நெஞ்சுக்குள்
நிலாவை அழைத்துவரும் நட்பு,
உணர்வுக்குள்
நதிகளை உற்பத்தி செய்யும் நட்பு,
வள்ளுவர் எழுசீர்களில்
இதழ் மலர்ந்திருப்பது.

வார்த்தைகளால்
அர்த்தம் இழக்கும் அந்த நட்பை
அவர் அவரவர்
உணர்வுகளால்
பதவுரைப்படுத்திக்கொள்ளச் சொன்னார்.

நாறிக் கிடக்கும்
மனித உறவுகளில் இன்று
நட்பின் நரம்புகளில் அழுகிப்போய்விட்டது
இதயத்தின் இசை.

நிபந்தனைகளில்,
நிர்ப்பந்தங்களின் ஒப்பந்தங்களில்,
கண்ணீர் வெடிக்கும் நேயம்,

ஒரு சமயம்,
கடல்களைப் பொறாமைப்படச் செய்திருக்கிறது
அரூப அகல நீள ஆழங்களால்.

Greetings, Valluvar!

Valluvar had regrets

Friendship that brings the moon
into the heart,[1]
friendship that creates rivers
in the feelings,
is a petal in the bloom
of Valluvar's heptameters.

He said
that that friendship which loses
its meaning in words
should be drawn out verbatim
in feelings.[2]

Nowadays,
in the reek of human relationships,
the music of the heart
has rotted in the veins of friendship.

Friendship, bursting tears
in conditions,
in coercive contracts,

once made seas jealous
by its formlessness,
its width, length and depths.

---

1. See *Tirukkural*, couplet 782: 'Good men's friendship grows like crescent moon, | Friendship with fools like full moon will wane soon' (Sreenivasan).

2. See *Tirukkural*, couplet 785: 'Not association constant, nor affection's token bind; | 'Tis the unison of feelings unites of kindred mind' (Pope).

ஒருவருக்குத் தெரியாமல்
ஒருவர் சட்டைப் பையில் ஒருவர் போய்
உட்கார்ந்து
சில்லறை சுருட்டும் மனிதர்கள்
வெளியே வந்ததும்
பிசிராந்தையாரும் கோப்பெருஞ்சோழனும்
கட்டுமானம் செய்த உதாரணத்தை
எட்டி உதைத்தார்கள்.

நட்பாவது
வெங்காயமாவது
நமக்கவரால் என்ன இலாபம்
என்பவர்கள்
வள்ளுவ வாசகத்தின் உள்ளே புகுந்து,

இதயங்களை இணைக்க
அவர் தயாரித்துவைத்த ஈரச்சங்கிலியைச்
சிதைத்தனர்.
ஒரு கண்ணி
வள்ளுவர் கைப் பனையோலைமேல் விழுந்து
புகைந்தது.

அறிவற்றவர்கள்; கல்லாதவர்கள்
நட்புக்கு
அருகதை அற்றவர்கள் என்று பேசிய
வள்ளுவர்
பேதைகளின் வெளிப்படாத வெகுளிக்கு
ஆளானார்.

அவர்களிடம்
மன்னிப்புக் கேட்க வள்ளுவர்
புறப்பட்டபோது,
கற்ற முட்டாள்களும் கெட்டவர்களும்
அவர் புகழ்க் கடலைக்
கையகலக் குட்டையாகச் சுண்டவைத்து
ஆவியாக்கிவிட அவசரப்பட்டனர்.

Unbeknown one to the other,
men picking
each other's
shirt pockets
came out and
thrashed
Pisiranthaiyar and Kopperuncholan's
exemplary construct of friendship.

Friendship,
or just bull,[3]
what good is it to us?
Some people
broke into Valluvar's words,

and destroyed the compassion-chain
which he had put together
to link hearts.
A clasp
fell on Valluvar's olas
and smouldered.

Those with no knowledge or learning
are undeserving
of being befriended,
said Valluvar,[4]
who became the target of the concealed anger
of the naïve.

When Valluvar
started begging
their forgiveness,
learned fools and evil persons
were quick to boil his ocean of fame
down to a hand-size pond
and evaporate it.

---

3. Tamilanban uses here the word வெங்காயம் *veṅkāyam* 'onion', famously often used in public speeches as an expression of derision or contempt, by Periyar E. V. Ramasamy, the social activist and leader of the Self-Respect Movement.

4. See *Tirukkuṟal*, couplet 797: 'It is a godsend to be rid | Of friendship with fools' (Sundaram). Cf. couplet 841: 'The greatest poverty is ignorance[,] being needy in other respects, | The world will not really consider as poverty' (Diaz).

பேதையின் நட்பைவிட
அறிவுடையவன் பகை மேலானது
என்று வள்ளுவர்
கலங்கிய உள்ளத்தோடு,
தவித்துக் கிடந்தார் அன்றைய இரவு முழுவதும்.
அவர்
கண்ணுக்கு வெளியே தவித்த
தூக்கத்தின் உடம்பெங்கும் முள்கள்!

வைகறையை, அந்தியை, வானவில்லை
விற்றுக்
காசாக்கத் துடிக்கும் கற்றவர்கள்
நட்பின் வண்ணங்களைப்
பாதுகாப்பார்கள் என்று நம்பியது
தப்பாகப்போனதற்கு வருந்தினார் வள்ளுவர்.

நட்புக் குறித்த
அதிகாரங்கள், நம்பிக்கொண்டிருந்தன
தேவையான
திருத்தங்களோடு வள்ளுவர் தமக்குப்
பாதையைத்
திறந்து வைப்பாரென்று!

●

For having said
that enmity with an intellectual
is superior to friendship with a simpleton,[5]
Valluvar was anguished;
all night long was his mind troubled.
Over the body
of the sleep that suffered outside his eyes,
were everywhere thorns.

Valluvar regretted being wrong
in believing that the learned,
anxious to cash in
on even dawn, dusk, and rainbow,
would protect.
the colours of friendship.

Chapters on friendship
kept hoping
that with Valluvar being willing
to make necessary corrections
a pathway
would be opened up for them.

●

---

5. The essence of the *Tirukkural*, chapters 80 (couplets 791–800) நட்பாராய்தல் *naṭpārāytal*
   'Testing friendships' and 81 (couplets 801–810) பழைமை *paḻaimai* 'Longstanding
   friendship' (Diaz) is given here. See especially couplet 800: 'Seek the friendship of the pure,
   and shake off | The worthless even at a price' (Sundaram).

12

வள்ளுவரின் எழுத்தாணி
எனக்குக் கிடைக்குமா?

அவர் எழுத்தாணி
கிடைக்குமா எனக்கு?
காலக் குளத்துக்குள்
கண்மூடிக் குதித்துப் பார்த்தால்
கையில் அகப்படுமா?

அலைகளில் எல்லாம்
குறள் மணக்க,
அது, தமிழ் அடையாளமாய்
இனிக்க,
வள்ளுவர் எழுத்தாணிக்காக நான்...

உள்ளே கிடக்கும் எழுத்தாணி
உள்ளத்தின் உள்ளே
கிடக்கும் இன்னும் வள்ளுவ நினைவுகள்;
அவர் கையில்
அசைந்த காலம் அதன் உள்ளத்தில்
அசையாமல் அப்படியே இருக்கும் இன்னும்.

பனை ஓலைகளில்
வள்ளுவரையே பெற்றெடுத்த
அந்த ஆணி
ஓலைகளை வாழ வைத்ததுபோல்
தன்னை ஏன் வாழ வைக்கவில்லை?

பசுவின்
பால் சுரக்கும் காம்புபோல்
முப்பால் சுரந்த எழுத்தாணி
வள்ளுவர்
விரல்களிலிருந்து
விடுமுறை எடுத்துக்கொண்ட நேரங்களிலும்

12

Can I obtain Valluvar's stylus?

Can I
obtain his stylus?
If I jump blindfold
into the pond of Time,
can I catch it?

With the fragrant scent of the *Kural*
on the waves,
as sweet as
Tamil identity,
I await Valluvar's stylus ...

The stylus rests there deep,
sheathing lasting memories of Valluvar
within its mind;
the time it stirred in his hand
remains in its mind, unmoved,
ever to remain thus.

It bore Valluvar himself
on olas;
why did it not vivify itself
in the way that it endowed
the olas with life?

Even when
the stylus
that, like a cow's milk-laden teat
suckling the tripartite *Kural*,
unclasped
from Valluvar's fingers,

வெண்டளைகளிடமிருந்து
விடுமுறை எடுத்திருக்காது.

அந்த எழுத்தாணி
அழுத்திவைத்த முத்தங்களை
எந்தப் பனையோலை
எனக்குப் பரிமாறும் இனிமேல்?
அந்த எழுத்தாணியின் ஒளியை
வெள்ளி, தங்கம் வகையறாக்கள்
முகவரிகளிலும் பெற முடியாதே!

வள்ளுவர்
இரவில் எத்தனை குறட்பாக்கள்
எழுதுவார்?
நட்சத்திரங்களுக்குத் தெரியாது...
அதற்குத் தெரியும்!

பகலில் எத்தனை அதிகாரம்
முடிப்பார்?
சூரியனுக்குத் தெரியாது
அதற்குத் தெரியும்!

மனத்தில்
கருத்தரிப்பார் வள்ளுவர்.
ஏட்டில்
ஈன்றெடுக்கும் எழுத்தாணி,
இரு தாயர்க்குப் பிறந்த
ஒரு செய் குறள் பனுவல்.
அது
எனக்குக் கிடைக்குமா?
என் ஆன்மாவைக் கீறிக்கொண்டு
வருவதாயினும் வருக
அதன் குருதியில்
'அறம்' சிவந்திருக்குமே!

அது
என் வாக்கியங்களைக்
காயப்படுத்தி
வருவதாயினும் வருக
அதன் வலி
'பொருளை'ப் பெற்றெடுக்கும்
பிரசவ வலியாக இருக்குமே!

  Greetings, Valluvar!

it did not abandon
the prosodic enjambement.

Which ola
will in future
serve me the kisses
deeply etched by that stylus?
The glow of that stylus
cannot be attained
even in addresses of silver, gold and more!

How many *Kural* couplets
would Valluvar write
by night?
The stars knew not —
the stylus did, though!

How many chapters
would he complete during the day?
The sun knew not —
the stylus did, though!

Valluvar would conceive
in his mind;
his stylus did but deliver
on the ola.
The *Kural*, a single child
born of two mothers —
would I ever
access it?
Let it come, even though
it should incise my soul,
the 'virtue' in its blood
would flow red.

Let it come,
even though
it should blight
my sentences.
The pain would be
the pangs of labour,
delivering 'wealth'.

அது
என் கையிலிருந்து
என் மனைவியின் கையை
வெடுக்கெனப் பிடுங்கித் தள்ளிவிட்டு
வருவதாயினும் வருக
அந்தப் பிரிவு
'இன்பத்தின்' எல்லை தாண்டி
என் ஞாபகங்களை இட்டுச் செல்லும்
உறவின் வரவாக இருக்குமே!
வள்ளுவர் இறந்த பின்
அவர் மரணத்தைத் திறந்துகொண்டு
அவரிடமே சென்றுவிட்ட
எழுத்தாணி
எப்படிக் கிடைக்கும் எனக்கு?

முப்பாலும்
முடிந்த பின்
முத்தமிட்டு அதைத் திறந்து
உள்ளே போய்
ஞானச் சூரணமாய்
உதிர்ந்துவிட்ட எழுத்தாணி
எப்படிக் கிடைக்கும் எனக்கு?

●

Let it come,
even though
it should wrest
my wife's hand
out of my own.
That separation would be the advent
of a relationship
leading my memories
beyond the bounds of 'love'.
How can I gain access
to Valluvar's stylus,
which returned to him,
after his passing
by opening his demise?

How can I obtain the stylus which
after completing
all three parts
of the *Kural*,
kissed it open,
entered it,
and crumbled into a powder of wisdom?

●

13

ஈத்து உவக்கும் இன்பம்

இதயம் இருந்தால்
இதயத்தில் ஈரம் இருந்தால்
விரல்களே கிளைகளாகும்
நகங்களும் கனிகளாகும்.

உள்ளங்கையின் ரேகைக் கொடியிலும்
வாசப்பூக்கள் ஆயிரம் பூக்கும்.

மனிதருக்காக மற்றைய உயிர்களுக்காக
மனத்தில் ஒற்றைச் சாளரம் திறந்தால்,
கதவு திறந்து வந்து
புகழ்த் தேவதை கட்டியணைப்பாள்.

வான மழையின் வயிற்றில் பிறந்தவன்
தானம் கொடுப்பதில்லை;
தன்னையே கொடுக்கிறான்.

கடலின் மூத்த சகோதரன் அவன்,
வாழ்க்கைக் கரைகளில் அதிரும் கவலைக்
குரல்களைக் கண்ணீரோடு கேட்கிறான்.

காற்றுக்குத் தெரியாமல்
காடுகள் அழுதால்கூடக்
கண்டுபிடித்துவிடுகிறான்

அலைகளுக்குத் தெரியாமல்
நதிகள் புலம்பினாலும்

Greetings, Valluvar!

13

The joy of giving[1]

If there is a heart,
if there is compassion in the heart,
the fingers will be its branches,
the nails its fruits.

In the palm-line creeper
would bloom a thousand fragrant flowers.

For humans, and for other lives,
if in the mind a single casement should open,
the angel of Fame would come and open the door
and take it in his embrace.

Born of the womb of the firmament's rain
he offers not charity
but himself.

Elder brother of the sea, he listens in tears
to the reverberating cries of woe
on the shores of life.

He discovers
weeping forests
unknown even to the wind.

Even when rivers wail,
unknown to waves,

---

1. *Tirukkural*, chapter 23 (couplets 221–230), ஈகை *īkai* 'charity', especially couplet 228: 'Don't they know the joy of giving | who heartless hoard and love their wealth' (Sundaram). In Hindu culture, the concept of charity dates from the earliest times. See *Bhagavad Gita*, chapter 17, sloka 20: 'A pure gift is that which is given with purity and kindness in the heart, given to the right person at the right time, given in the proper place, and above all when we expect nothing in return for the gift' *(TheGita.net)*. Charity is also a much-esteemed concept in classical Tamil literature. The legends of Pari, Pegan, and Athiyan (see Glossary) cited in the present poem are archetypal examples of generosity.

'நான் இல்லையா?' என்று கேட்டு
அருகில் ஓடுகிறான்

அவலங்களின் அதிகாரத்தை அழிக்கக்
கடிவாளம் பூட்டாத கருணையை
ஏவிவிடுகிறான்

சுயநலத்தால் சூரியன்
வைகறைகளை அலமாரிக்குள் வைத்துப்
பூட்டுவதில்லை;
உயிர்களின்மீது
ஓயாமல் தன்னை இறைத்துக்
கொள்கிறான்.

இரவுகளில் தனது நிழலை
நிரப்பிவைக்கிறான் உறக்கங்களில்.

நட்சத்திரத்தின் உள்ளமும்
சின்ன மின்மினியின் உள்ளமும்
ஒரே பரிமாணம்!
ஒளி ஊற்றுகள் திறக்கும் அவற்றைப்
போற்றும் இரவின் பாடலும்
ஒரே நிறத்தில்தான்!
ஒரே எடையில்தான்!

வண்ணங்களை
ஒளித்துவைக்கத் தெரியாத
பட்டாம்பூச்சிகளையும்,
வார்த்தைகளின் வாயடக்கி வைத்துவிட்டு
முகம் திருப்பிக்கொள்ளாத
பூக்களையும் பார்த்த பிறகும்
கடுகுக்குள் புகுந்து
கதவை மூடுபவன் மனிதனா என்ன?

நிலாவைக் கண்டு
நெஞ்சம் மகிழ வேண்டுமானால்
நரிகளுக்கு
நிலாவிலிருந்து எலும்புகள்
விழ வேண்டும்!
நரிகளை
ஆசை நரம்புகளில் வளர்ப்பவன்
நல்லதாய் எவருக்கும்
எதையும் கொடுப்பதில்லை.

Greetings, Valluvar!

he hurries close
saying, 'Am I not here for you?'

To bring an end to the reign of tragedies
he impels
unbridled compassion.

The sun
never selfishly locks away dawns
in its cabinet,
but casts itself
unceasingly
over living beings.

At nights, it fills slumbers
with its shadow.

The heart of a star
and that of a tiny glow-worm
are of the same measure!
The night-song that extols them
opening fountains of light,
is also of the same colour,
the same heft!

What man is he who,
if after seeing butterflies
that know not
how to hide their colours,
or flowers that mute no words
nor turn their faces away,
bursts into a mustard-seed
and shuts off its entryway?

If foxes wish
to be happy,
bones must fall
from the moon
when they see it.
He who nurtures foxes
on nerves of desire
gives nothing good
to anyone.

அவனைத் தொட்ட மரணம்,
குளிக்காமல்
அடுத்த ஆளைத் தொடுவதே இல்லை!

படுக்கையில் பணவாடை இல்லாவிட்டால்
சிலருக்குத் தூக்கமே வராது;
அவர்கள் அருகே போனால்
பிணவாடை அடிக்காமல் இருக்காது.

மனித நேயத்தை மறுதலித்தவன்
ஒவ்வொரு காசுக்குள்ளும் தன்னைப்
புதைத்துவிடுகிறான்

புகழ் புறக்கணித்த தெருக்களில்
தனது பிணத்தை விற்றுப் பணம் சேர்க்க
அலைந்து திரிகிறான்

இறந்த வீணையின்
எலும்புகளிலிருந்துகூட
இசை
அதிர்ந்துகொண்டிருக்கும்

வற்றிய நதிகளில்கூட
வாடிய பயிர்களின் நினைவுகள்
அலையயடித்து ஓடிக்கொண்டிருக்கும்
இதயம் இருப்பவன் எப்போதும்
இல்லை என்பது இல்லை;
அவன் கல்லறைகூடக்
கருணை பிறக்கும் கருவறையாகும்

ரோஜாவின் ஒவ்வோர் அத்தியாயத்திலும்
அதன் உள்ளம்
துடித்துக்கொண்டிருப்பதுபோல்,
வள்ளுவச் சாளரம் ஒவ்வொன்றிலும்
உலகைத் தொடும் உண்மையின் பார்வை
ஊற்றெடுப்பதுபோல்,
ஈகையின் இரத்த நாளம் ஒவ்வொன்றிலும்
பாய்ந்து பெருகுவது
இன்பம்!

Death that touches him,
never touches the next person
without taking a bath![2]

For some, if there is no scent of lucre
on their bed, sleep is impossible;
if they draw near,
they will but sense the stench of corpse.[3]

He who rebuffs human affection
buries himself
in every coin.

In streets spurned by fame
he loiters
to sell his own corpse for cash.

Even from the bones
of a lifeless veena
may
music resound.

Even in parched rivers,
memories of withered crops
would billow around.
For one who has a heart,
being never a nonbeing,
even his sepulchre
is a womb of kindness.

Like in every chapter of a rose,
with its heart
beating,
like in every Valluvar-window
a vision of truth touching the world
surging,
in every vein of giving,
joy
flows and overflows.

---

2. Washing a cadaver is a commonly performed Hindu ritual before burial or cremation. In Islamic culture, *ghusl* (Arabic: غسْل *ġusl*) is the ablution of a body before burial.

3. The contrast in these lines is between பணவாடை *paṇavāṭai* 'money-smell' and பிணவாடை *piṇavāṭai* 'corpse-smell'.

தேரில் அன்று
பயணம் போனபோது அடைந்ததைவிட
அதிக இன்பத்தை,
அதை முல்லைக் கொடிக்கு நிறுத்திவிட்டு
நடந்தபோது பெற்றான் பாரி!

அன்று நின்றுவிட்ட தேர்
கால காலமாய்க் கவிதைக்குள்ளும்
நமக்குள்ளும்
ஓடிக்கொண்டிருக்கிறது!

சங்கப் பாட்டின் மாரிக்கால நாள்களுக்குள்
நான் நடுங்கும்போதெல்லாம்
போர்வையோடு பேகன்
வருகிறான் என் முன்.

ஈர இழைகளால் நெய்யப்பட்டிருந்தும்
அந்தப் போர்வை இந்த நாள்வரை
இற்றுப்போகவில்லை!
ஆடும் மயில்கள் அத்தனையும்
அதற்கு உத்தரவாதம்.

மரணவிலக்கு மாத்திரை
அருநெல்லி என
அறிந்திருந்தும்
தமிழ் ஒளவைக்கு அதனைத் தந்தான்
தான் உண்ணாமல் அதியன்.

ஒளவையும் வாழ்கிறாள்
அதியனும் வாழ்கிறான்
இடையில் இருந்து அந்த ஈகையும்
இன்னும் வாழ்கிறது!

உள்வாங்கிய மூச்சை
உடனே வெளிவிடுவதுபோல்
ஈட்டிய பொருளை
எடுத்துக் கொடுப்பதே வாழ்க்கை.

ஆயினும் ஒரு மனிதனை அழித்து
வள்ளலாக்குவதும்
ஒரு மனிதனை அழித்து
வறியவனாக்குவதும் பணம் எனில்
அவசர அவசரமாய்

On that day,
Pari felt an excess of joy
from journeying in a chariot
when he parked for the jasmine vine
and continued on foot.

The chariot that stopped on that day
runs for evermore
in poems
and in us.

Whenever during rainy days of Sangam poetry
I shiver all over,
Pegan comes before me
with his cloak.

Though woven of fibres of humidity,
that cloak has to this day
not worn out —
to which all dancing peacocks
bear witness.

Though knowing
the so-called 'myrobalan'
to be an elixir,
Athiyan did not take it himself
but gave it to Tamil Avvai.

Avvai lives on.
Athiyan too lives on.
From between them,
charity lives on.

Life is about giving
what one has earned,
like breath drawn in
and straight away exhaled.

But if money ruins one man
yet makes a benefactor of another,
or leaves another
destitute,
let us swiftly

அந்தப் பணத்தை அழித்து
மனிதனை மீட்போம்.

சுயமரியாதைமேல்
சூடுபோடும் ஈகையைவிட
வாழ்வைக் கவுரவிக்கும்
வறுமை மேலானது

ஈகையில் இன்பம்
இருக்கிறதென்பதற்காக
வள்ளல்கள் வாசலில்
ஏழைகளை நிறுத்துவது
என்ன நியாயம்?

வஞ்சியாது கொடுப்பவனிடம்
யாசகம் பெறுவதும் ஓர் அழகென்று
சொன்ன வள்ளுவன்மீதும்
கோபம் உண்டு எனக்கு,
பள்ளங்கள்மீது பரிதாபம் கொண்டதால்
வள்ளுவன்
மேடுகளோடு சமரசம் பேசினான்.

எனவேதான்
செல்வத்தைச் செலவழித்தவன்
இன்பத்தைச் சேமிக்கிறான் என்றும்
செல்வத்தைச் சேமித்தவன்
இன்பத்தை இழக்கிறான் என்றும் பேசினான்.

உண்மைதான்...
வங்கிக் கணக்கை மட்டும் வளர்ப்பவன்
வாழ்க்கைக் கணக்கில் விடை தெரியாமலே
விடைபெறுகிறான்.

●

oust that money
and redeem Man.

A penury
that lends dignity to life
is preferable to a charity
that sears one's self-respect.[4]

Joy in giving
there may be,
but where is the fairness
in the poor haunting
the givers' gate?

I am yet exasperated
at Valluvar who said
that there is beauty in begging
from an honest giver.[5]
While pitying the depths,
Valluvar
made a pact with the heights.

Hence did he say
that the spender of wealth
is the saver of joy,
the saver of wealth
the loser of joy.[6]

True —
He who merely swells his bank account
with no response to his life account
simply fades away.

●

---

4. See *Tirukkural*, couplet 988: 'Poverty shames not the man who is heir | to the wealth of character' (Sundaram).

5. See *Tirukkural*, couplet 1053: 'There is beauty even in begging | of an honest and virtuous man' (Sundaram).

6. See *Tirukkural*, couplet 1001: 'Who hoards great wealth, but does not taste | Its joys, is counted dead. It is a waste' (Sreenivasan).

14

விலைமாதர்கள் வள்ளுவரிடம்
கேட்ட வினாக்கள்

வள்ளுவர்
எதிர்பார்க்கவில்லை!
வினாக்குறிகளாக இரண்டு
விலைமாதர்கள் நின்றனர்
அவர் முன்.

அதிர்ச்சியில்
வள்ளுவர் வானில் கீறல்கள்!
திகைப்பில்
வள்ளுவர் நொடிகளில்
முடிச்சுகள்!
மருட்சியில்
வள்ளுவர் மூச்சில் நெரிசல்கள்.

"எங்களுக்கும்
ஓர் அதிகாரம் ஒதுக்கியதற்கு
நன்றி ஐயா!"

வள்ளுவர் கண்கள்
வந்தவர்கள் அமர்வதற்கு
அனுமதியை உச்சரித்தன.

"தீட்டுப் படாதல்லவா
உங்கள் வீட்டுத் திண்ணை?"

இப்படிக் கேட்டபடி அமர்ந்தனர்
இருவரும்.

'மனைத்தக்க மாண்பு'
இல்லாத இனம் எங்களுடையது.

14

Questions courtesans put to Valluvar

Valluvar
was not expecting them.
Two courtesans stood,
like question marks,
before him.

In shock,
Valluvar's sky was rasped.
In bewilderment,
Valluvar's instants
were trammelled.
In fright,
Valluvar's breath was caught.

'We thank you, sir,
for having assigned a chapter
even for us.'[1]

Through his eyes,
Valluvar expressed permission
for them to come and be seated.

'Will your house pial
not be sullied?'

And with this question,
the two of them took a seat.

Our sort bring no 'wifely dignity'
to a household.[2]

---

1. *Tirukkural*, chapter 92 (couplets 911–920), வரைவின் மகளிர் *varaivin makaḷir*, is variously translated as 'prostitutes', 'harlots', 'wanton women', 'public women', 'scarlet women', etc.

2. See *Tirukkural*, couplet 51: 'As doth the house beseem, she shows her wifely dignity; | As doth her husband's wealth befit, she spends: helpmate is she' (Pope); 'A woman, who maintains her family status and manages her household, | Well within her husband's resources, is an ideal wife' (Diaz).

'கற்பென்னும் திண்மையை'
உடைத்து நொறுக்கிய சமுதாயம்
எங்களைப் 'பெருந்தக்க'வாக
எப்படி ஏற்றுக்கொள்ளும்?

'மாய மகளிர்'
என்று எங்களை வருணித்த
வள்ளுவரே!
எங்கள் அனுபவம் உங்களுக்கும்
உண்டோ?

'மாயும் மகளிர்' என்று
திருத்தம் செய்தால் உங்கள்
பாட்டு
தளை தட்டாது என்று நினைக்கிறோம்.
இப் 'பண்பில் மகளிர்'
இப்படியொரு பாடபேதம்
செய்துகொள்ளலாமா?

உடம்பைக் 'காயம்' என்றது
உங்களைவிட
எங்களுக்குத்தான் அதிகம் பொருந்தும்.

காமுகர்
செய்யும் காயங்களால் ஆன காயங்கள்
எம்முடையவை.

நாங்கள் செத்த பிறகும்
எங்கள் காயங்கள் வாழும்
நியாயங்கள் கேட்கும்.

அவசரப்பட்டவர்கள்
விந்துகள் தெறித்துத் தெறித்து
எங்கள் பாடல்கள் கறைபடிந்தன.

How can a society that shattered
the 'strength of chastity'
accept us
as 'treasured'?[3]

Did you not portray us,
Valluvar,
as 'wily women'?[4]
But did you have
our experience?

If you change
the wording
to 'dying women',
we don't think the metre will alter.
Would you accept
this alternative
by these 'immoral women'?[5]

Your using *kāyam*
rather than *uṭampu* for 'body'
is more suitable in our case.[6]

Our bodies
are as wounds wreaked
by dissolute men.

Even after our death,
the wounds will live on
and demand justice.

Our songs were stained
by the seed spattered
by men in a hurry.

---

3. See *Tirukkural*, couplet 54: 'What greater treasure can there be, than a woman | Who has
    the abiding strength of chastity' (Diaz).

4. See *Tirukkural*, couplet 918: 'The false embrace of wily women will be resorted to by men
    devoid of searching wisdom' (Purnalingam Pillai).

5. See *Tirukkural*, couplet 912: 'See through and avoid the immoral women | Who talk of
    morals with a purpose' (Sundaram).

6. உடம்பு *uṭampu* and காயம் *kāyam* are synonyms for 'body'. Additionally, *kāyam* is
    polysemous, having also the sense of 'wound'.

எங்கள்
தூக்கங்களும் துகிலுரியப்படுகின்றன.
கனவுகள் உள்ளேயும் புகுந்து
அங்குலம் அங்குலமாகக்
காமப் பற்களால்
கடித்துக் குதறுகின்றனர்.

கல்யாணி இராகத்தை
மீட்ட முடியாத
கண்ணீர் வீணைகள் நாங்கள்.

எங்கள் கிழக்கில்
இருட்டுச் சூரியன்...

எப்படி எழுதுவான் எங்கள்
விடியலை?

புண்ணின் இரத்தத்தில்
பூத்த பூக்கள் நாங்கள்...
ஒவ்வொரு இதழிலும்
மாறுவேடம் பூண்ட மரணம்.

எங்கள் உடம்பின்
எந்த ஓர் அங்குலத்திலும்
எங்கள் ஆன்மாவுக்கு இடம் இல்லை.

காமக் கழுகுகள் கொத்தும்போது
நாங்களும்
எங்கள் உடம்பிலிருந்து
வெளியேறிவிடுகிறோம்.

நீங்கள்
எங்களை 'ஏதில் பிணம்' என்று சொன்னது
பிழையே இல்லை வள்ளுவரே!

பிணம் கொத்திச்
சுகம் பொறுக்கும் ஆண்களைக்
காப்பாற்றத் துடிக்கும் நீங்கள்...

எங்களைக் காப்பாற்ற
எங்களை மீட்க ஏதும் சொன்னீர்களா?

Even our sleeps
are being stripped.
And thrusting themselves
inside our dreams,
they bite us inch by inch to shreds
with their teeth of lust.

We are veenas of tears,
unable to play
the Kalyani raga.

In our east,
the darkened sun —

how would he paint
our dawn?

We are flowers burgeoned
in the blood of the wound.
In our every petal
death acts out in disguise.

In not even an inch
of our body
is there place for our soul.

When pecked at
by lustful vultures,
we also exit from
our bodies.

You were not wrong,
Valluvar,
in calling us 'strange corpses'.[7]

You seem eager to protect
men who seek pleasure
in gnawing on corpses.

Did you utter anything
for our protection, for our redemption?

---

7. *Tirukkural*, couplet 913: '[The] False embrace of a woman, who sells her body is like seeking
   pleasure, | In embracing a strange corpse in a dark room' (Diaz).

எங்கள்
'பால்' அங்கங்கள்
படைத்த
குறள் வெண்பா ஒன்று சொல்லவா?
பிழையிருந்தால்
பெரியவர் நீங்கள் மன்னிக்க வேண்டும்.
'பால் அங்கங்கள்' – சிலேடை...
புரியுமே உங்களுக்கு!

"காம வெறியரின்
கள்ள முயக்கமே
காட்டு விலங்கணைத்தற்று"

பதவுரை பொழிப்புரை
பரிமேலழகரைக் கேட்டால் சொல்வார்.

ஐய!
நீங்கள் சொன்னதுபோல்
எல்லாம் விற்கிறோம் – எனினும்
இதயத்தை விற்பதில்லை.

அதனால்தான் எங்கள் முயக்கம்
'பொய்ம்மை முயக்கமோ?'

ஆடவர்
எம்மை அணைப்பது மட்டும்
அன்பு முயக்கமோ?

ஆடவரைக் காப்பாற்றக்
கையில் விளக்கோடு
எங்கள் தெருமுனையில் தவிக்கும்

Shall we recite
a couplet
created
by our body 'parts'?
If it is flawed,
maestro, please forgive us.
In 'body parts' you can see
the double entendre.[8]

'The false embrace
of lustful fanatics
is like the clutch of a wild beast.'

Parimelazhagar will give the meaning
and a paraphrase of this, if asked.

As you have said,
sir,
we sell everything —
but not our hearts.[9]

So would ours be
a 'false embrace'?

If men
simply clasp us,
is that any bond of love?[10]

Would the cries of us
whose eyes have been plucked out,
fall on the ears of your couplets

---

8. The lines turn on the paronomasia of பால் *pāl*: (i) part; (ii) milk; (iii) sex. The first occurrence, in body '*parts*' the sense is of 'milk': thus 'body parts giving milk' = breasts. The second occurrence, '*body parts*', alludes to the reproductive organs.

9. See *Tirukkural*, couplet 911: 'Sweet words, uttered by braceleted women, with no love at all in their hearts | But only desire for money, can only spell ruin' (Diaz). Valluvar's ஆய்தொடியார் *āytoṭiyār* 'those with beautiful bracelets' is a euphemism for prostitutes.

10. In this line, the Tamil word used is அன்பு *aṉpu* 'love, attachment; … affection, friendship' (*Tamil Lexicon*), rather than இன்பம் *iṉpam* 'delight, joy, happiness; … sensual enjoyment, sexual love' (TL). The usages may be compared to the contrast in classical Greek between φιλία *pʰilía* 'friendship love, strong affection' (from which derive English words such as *philanthropy, bibliophile*), and ἔρως *érōs* 'romantic love, desire' (from which derive English words such as *erotic, erogenous*).

உங்கள் குறட்பாக்களுக்குக்
கண் பறிக்கப்பட்ட எங்கள் கதறல்கள்
காதில் விழுமா?

பிணங்களை
வாடகைக்கு எடுக்கக் கையில்
பணத்தோடு திரியும் உம் இனம்
பலியாவது பற்றிப் பதற்றம் அடையும்
உம்
குறட்பாக்களைக் கூப்பிட்டுக்
கேளும்...

எந்த விலைமாது
சதை விற்று முதலாளி ஆனாள் என்று...
எந்த விலைமாது
இரவுகளை விற்றுக்
கிழக்கைக் கிரையம் செய்துகொண்டாள்
என்று...

எந்த விலைமாது
தன் மகளுக்குக் குபேரன் வீட்டில்
சம்பந்தம் பேசினாள் என்று...

எழுந்து புறப்படும் முன்
இருவரும் கூறினர்...
'நீங்கள் ஏதும் பேசாமல்
நாங்களே பேசிக்கொண்டிருந்துவிட்டோம்

தவறில்லை என்று
தங்கள் மனத்திற்குப் பட்டால்
உங்கள் குறட்பாக்களைக் கொஞ்சம்
எங்கள் வீட்டுப் பக்கம் அனுப்பி வையுங்கள்.

நாங்கள் அவற்றோடு
நிறையப் பேச வேண்டியிருக்கிறது...
விடைபெறவா நாங்கள்?'

பனித்த
வள்ளுவரின் கண்கள் அவர்களுக்கு
விடையளித்தன
விடையளிக்க முடியாமலே!

●

   Greetings, Valluvar!

which are distressed, on our street corner,
with a lamp in hand,
to save men?

Call your couplets
that panic over victimisation
of your flock,
which loiters,
cash in hand,
to hire corpses,
and ask,

Which courtesan became
a magnate in the flesh trade?
Which courtesan
sold the nights
and purchased herself
the East?

Which courtesan
had her daughter
a bride in Kubera's mansion?

Before getting up to go,
the two of them said,
'While we kept on talking,
you said nothing at all.

'If it is not amiss,
would you care
to send your couplets
over to our house.

'We have much
we need to say to them.
By your leave —'

Unable to respond,
Valluvar
bade them farewell
through his dewy eyes.

●

15

எழுத்தை உவமையாக்கிய முதல் எழுத்தாளன்

வள்ளுவ!
எழுத்தையே உவமையாக்கிய
முதல்
எழுத்தாளன் நீ!

'அகர முதல' எனத் தொடங்கினாய்
னகரம் வரை
என்ன இன்ப அதிர்வுகள்!
சிகரம் தொட்ட சிலிர்ப்பு
அகரத்திற்கு.

பிறந்த எழுத்துக்கள்
பெருமையில் மிதந்தன;
பிறவா எழுத்துக்கள்
தலைமை அகரத்தின் தாள்களைத்
தியானித்தன.

ஆதிபகவன்
தனக்கு உவமையான
அகரம் பற்றி அறியத்
தமிழ் படித்தான்.

இரண்டாவது அடியில் நின்ற
ஆதிபகவன்
முதலடியில் நின்ற
முதல் எழுத்துக்கு
நன்றி சொன்னான்.

The first writer to similise a letter

You, Valluvar,
are the first writer
to have similised
a letter.

What thrilling rhythms
right from 'A, the first letter'[1]
all the way to the final one.[2]
The letter A felt
a climactic euphoria.

Letters born,
were borne in pride;
those unborn meditated
at the feet
of the primordial letter A.

Adibhagavan, the first cause,
studied Tamil
to learn A, the first letter,
to which He was compared.[3]

Adibhagavan,
in the second line,
thanked
the first letter,
standing in the first line.

---

1. That is அ *a*, the first letter in the traditional order of the Tamil syllabary. The citation form of this letter in Tamil is அகரம் *akaram* 'letter அ', which is the opening word of the *Tirukkural*. In our translation, we have rendered it as '(the letter) A'.

2. The final letter in the traditional order of the Tamil syllabary is ன *ṉ*, whose citation form is னகரம் *ṉakaram*.

3. See *Tirukkural*, couplet 1: 'A, as its first of letters, every speech maintains; | The "Primal Deity" is First through all the world's domains' (Pope).

உலகுக்குத் தான் முதன்மையான
உண்மையை
ஓர் உவமையாகி உணர்த்திய
அகரத்தை
ஒப்பற்ற பொருளாகவே
ஆராதித்தான் ஆதிபகவன்.

பொருள்
தனக்கு உவமையானதைப்
பொருளாக்கிக்கொண்ட
அதிசயம் நடந்தது.

வள்ளுவ,
போல, புரைய, மான, கடுப்ப,
அன்ன, இன்ன, ஏய, இயைய...
உருபுகள் ஊடுருவாதபடி
அகரத்தை – ஆதிபகவனை அருகருகே
நிறுத்தி நிறுவினாய் நெருக்கத்தை.

ஆதிபகவன்
அகரத்தின் நறுமணத்தில்
தமிழை நுகர்ந்தான்.

'அகரமாக இருப்பதா?
ஆதிபகவனாக இருப்பதா?'
உவமையின் உயர்வில்
ஊசலாடியது பகவன் உள்ளம்.

உலகம்,
அகரத்தின் தலைமையில்
ஓர் எழுத்தாக அவாவியது.

வைகறை
அள்ளிக்கொள்ள ஆசைப்பட்டது
அகரத்தின் ஒளியை.

காற்று அகரத்தைத் திறந்து
ஓசையின் தாதுகளை உடம்பெல்லாம்
பூசிக்கொண்டது.

ஆதிபகவன்,
எல்லா எழுத்துகளுக்குள்ளும்
போய்ப்போய் வந்தவன்...

Adibhagavan
worshipped the letter A
as a unique entity
which represented His primacy
to the world
as a simile.

A miracle occurred
when matter materialised
what was similised
to itself.

Without using 'as', 'like', 'than',
'so', 'more', 'sort of',
'kind of', 'similarly',
Valluvar, you established the colligation
of the letter A and Adibhagavan
by placing them side by side.

Adibhagavan
savoured Tamil
in the fragrance of the letter A.

'To be Alpha,
or to be Adibhagavan?'
The Lord's mind wavered
in the heights of the simile.

The world craved to be a letter,
with A
at the fore.

Dawn desired to embrace
all the light
of that first letter.

The wind opened up the Alpha
and dusted the powder of sound
all over its body.

Adibhagavan,
who went back and forth
in all the letters,

என்னவோ சொல்லிக்கொண்டிருந்தான்
அகரத்திடம்.

'அகரமே!
நீ எனக்கு உவமையானதுபோல்
உனக்கு நான் உவமையாவேன்
ஒருநாள்.

என்னை முதலாக உடைய
உலகம்...
உன்னை முதலாக உடைய
எழுத்துக்களிடமிருந்து கற்றுக்கொள்ள
எவ்வளவோ உண்டு...'

வள்ளுவ!
அகரத்தைத் திறந்து ஒரு
நகரத்தை உருவாக்கித் தந்தாய்
ஆதிபகவனுக்கு...

ஒளிபிலிற்றும்
ஒவ்வொரு தெருவிலும் எழுத்துக்கள்!
ஒவ்வொன்றின் ஓசையிலும்
ஓடையில் நீந்துவதுபோல் நீந்தினான்
ஒவ்வொன்றின் உடம்பிலும்
ஓவியங்களை முத்தமிட்டான்.

தன்னை உயர்த்தும் எண்ணங்கள்
தமிழில் இருப்பதைக் கண்டான்.

ஆதிபகவன்
தனது தமிழ் அனுபவத்தை
அறிக்கையாய்த் தயாரித்து
அகரத்திடம் கொடுத்தான்.

அகரம்
அந்த அறிக்கையை உன்னிடம்
கொடுத்தது!

வள்ளுவ!
அந்த அறிக்கையை நீ
எப்போது வெளியிடுவதாய் எண்ணம்?

●

whispered something
to the letter A.

'Oh, first letter,
someday
I shall be a simile to you
just as you became one to me.

'The world
that has me as its prime
has so much to learn
from letters
that have you as theirs.'

You opened the A,
Valluvar,
and founded a city
for Lord Adibhagavan.

Letters are in every street
that shines with light!
In the sound of each one
he swam as if in a stream,
and on each one's body
kissed the paintings.

In Tamil, he found there were thoughts
that elated him.

Adibhagavan
drew up his Tamil experience
as a report
and gave it to the letter A,

which in turn
gave it
to you.

When, Valluvar,
do you plan
to release that report?

●

16

வள்ளுவரின் தாய் இறந்த நாளில்

வள்ளுவரின்
கண்ணீர்த் துளிகளில் அவருடைய
தாய்
பிறந்துகொண்டிருந்தார்
ஒவ்வொரு துளியிலும் ஒவ்வொரு
தாயாக.

இன்று அவருடைய தாய் இறந்த நாள்!
அவரை
மகனாக உச்சரித்த தாய்
அவருடைய
உதடு திறக்காத
உச்சரிப்பாகிக்கொண்டிருந்தார்.

தாய்ப்பாலைத் தொட்டு
வள்ளுவர் வரைந்த குறட்பாக்கள்
அத்தாயை நெட்டுருச்செய்து
ஆண்டுகள் இரண்டு முடிந்துவிட்டன.

அத்தாய் ஆட்டிய
தொட்டிலின் ஓசைதான்
ஒவ்வொரு குறட்பாவும்
தொட்டில் ஆட்டிய செப்பலோசை.

அவர் சொன்ன கதைகளில்
யானை, முயல், பாம்பு, எலி,

On the day Valluvar's mother died

In Valluvar's teardrops,
was his mother
born,
as every mother
in every
teardrop.

Today is the day
of the demise of his mother,
the mother who pronounced him
her son,
was becoming the pronunciation
in his unopened lips.

Two years have passed
in recalling that mother,
dabbing whose milk
Valluvar wrote the *Kural* couplets.

The sound of the cradle
rocked by his mother
is in the swaying *seppalosai* rhythm
of every *Kural* couplet.

In the stories she told,
elephant,[1] hare,[2] snake,[3] rat[4]

---

1. See *Tirukkural*, couplet 678: 'It is a good policy to plan one successful project to lead to another, | Just as we use one elephant to capture another' (Diaz).

2. See *Tirukkural*, couplet 772: 'Better the spear that missed an elephant | Than the arrow that killed a hare' (Sundaram).

3. See *Tirukkural*, couplet 890: 'Domestic life with those who don't agree, | Is dwelling in a shed with snake for company' (Pope).

4. See *Tirukkural*, couplet 763: 'An army of rats may roar like the sea | But the hiss of a cobra will silence it' (Sundaram).

புலி, பகடு, ஆந்தை, காக்கை, நரி –
அத்தனையும்
வள்ளுவரின் குறள்வனத்தில்
மையத்திற்கு வந்து
புதிய புதிய கருத்துக்கள் கூறின.

அத்தாய்
சொல்லாது விட்ட கதைகளில் வாழ்ந்த
காதலர்கள்
காமத்துப் பாலின்
கதவைத் திறந்துகொண்டு வந்து
ஈர நெருப்பை, எரியும் நிலவை,
உப்பை, ஊடலை, தும்மலை, துடிப்பை
விதம் விதமாக விவரித்தனர்.

tiger,[5] bull,[6] owl,[7] crow,[8] jackal[9] —
all came to the heart
of Valluvar's *Kural* jungle,
relating
newer and yet newer ideas.

The lovers
who dwelt in her untold stories
opened the door
of the part on Love,
and described in a variety of ways
cool fire,[10] the burning moon,[11]
salt,[12] love quarrels,[13]
sneezes,[14] and anxieties.[15]

---

5. See *Tirukkural*, couplet 599: 'Huge may be the elephant and possessed of sharp-pointed tusks, | But it trembles before an attacking tiger' (Diaz).

6. See *Tirukkural*, couplet 624 'He who plods like the bull to get over impediments wherever beset with them will see the impediment itself put to trouble' (Purnalingam Pillai).

7. See *Tirukkural*, couplet 481: 'A crow will conquer owl in broad daylight; | The king that foes would crush, needs fitting time to fight' (Pope).

8. See *Tirukkural*, couplet 527: 'The crow does not hide what it has got, but cries out to its fellows, before it eats, | Prosperity among men will come only to those who have this disposition' (Diaz).

9. See *Tirukkural*, couplet 500: 'Even a fierce elephant that runs against an armed enemy in order to pierce him with its tusks, when stuck in miry ground will be easily slain even by a jackal' (Chakravarti)

10. See *Tirukkural*, couplet 1104: 'Whence did she get the fire which burns when far, | And cools when near?' (Sundaram).

11. See *Tirukkural*, couplet 1228: 'The shepherd's pipe is like a murderous weapon to my ear, | For it proclaims the hour of ev'ning's fiery anguish near' (Pope).

12. See *Tirukkural*, couplet 1302: 'Love's salt is sulks – a pinch of it welcome, | Too much will ruin the taste' (Sundaram).

13. See *Tirukkural*, couplets 1109: 'To fall out, make up, and embrace again | Are the fruits of love fulfilled' (Sundaram); and 1306: 'Love without intense wrath is like an over-ripe fruit. Love without a mild strife is like an immature fruit' (Chakravarti).

14. See *Tirukkural*, couplet 1203: 'A fit of sneezing threatened, but it passed away: | He seemed to think of me, but do his fancies stray?' (Pope). A sneeze was commonly perceived as a sign that someone was simultaneously thinking about the one who sneezes.

15. See *Tirukkural*, couplet 1295: 'I fear I shall not gain, I fear to lose him when I gain; | And thus my heart endures unceasing pain' (Pope).

'தன் மகனைச் சான்றோன்
எனக் கேட்டு'
உச்சி மோந்து மெச்சிய நாள்கள்
வள்ளுவர் உள்ளத்தில்
ஓவியக் காட்சிக் கூடத்தைத் திறந்துவைத்தன.

அறிவறிந்த அத்தாய்
சங்கில் பாலோடு சகல அறிவையும்
ஊட்டினார்.

வேருக்குத் தெரியாமல்
வளர்ந்த செடிகளை யார் காட்ட முடியும்?
ஊற்றுக்குத் தெரியாமல்
உற்பத்தியான நதிகளை யார் காட்ட முடியும்?
தாய்க்குத் தெரியாமல்
மகன் வளர முடியுமா?

வள்ளுவரின் ஒவ்வொரு நாளுக்கும்
உதயத்தைத் தயாரித்தவர் அத்தாய்.

மரணத்தின் கைகளில்கூட
ஒரு புத்தகம்போல்
போய்ச்சேர்ந்தார் அத்தாய்.

பிழையயற்ற அப்புத்தகத்தைப்
படித்துப் பார்த்த யாரேனும்
மறு பதிப்புப் போட விரும்பினால்
மரணம்,
திருப்பித் தந்துவிடும்.

'உறங்குவது போலும்
சாக்காடு' என்றவரின் தாய்
அவர் மனத்தில் விழித்துக்கொண்டதை
மரணம் என்ன செய்ய முடியும்?

மகனை வளர்க்க
அத்தாய் விழிமூடா இரவுகள்
அத்தனையும்
குறட்பாக்களில் ஏற்றிவைத்த
விளக்குகளாகிவிட்டன.

Greetings, Valluvar!

Her days
of kissing her son's forehead in admiration,
after hearing of his distinction,[16]
conjured up in Valluvar's mind
a whole gallery of pictures.

His mother, steeped in wisdom,
nourished him with all knowledge
along with milk in the *sangu*.

Who can point to plants
which have grown unbeknown to roots?
Who can point to rivers burgeoning
unbeknown to springs?
Can a son grow up
unbeknown to his mother?

His mother it was who prepared
the dawn for Valluvar's every day.

Even in the arms of death,
her passing was
in the form of a book.

To anyone seeking to read
that flawless volume
and desiring a re-edition,
death
would willingly return it.

What can death do,
when in his mind awakened
the mother of him who said,
'Death is like sleep'[17]?

All those sleepless nights
she spent
in raising her son
became lamps lit up
in *Kural* couplets.

------

16. See *Tirukkural*, couplet 69: 'A woman rejoices at the birth of a son – | But even more when
    he is praised' (Sundaram).

17. See *Tirukkural*, couplet 339: 'Death is like sleep, and birth | Is the awakening from it'
    (Diaz).

அத்தாய் இறந்த
அந்த நாளின் ஆகாயம், பகல், இரவுகள்
யாவும்
அவர் கண்ணீர்த் துளிகளின்
இடைவெளிகளில் பிறந்தன.

காற்றின் அசைவின்மை,
நீரின் உறைந்த மனம்,
கல்லறைக்குள் தானே போனதான
நிலத்தின் நினைப்பு,
நெருப்பின் வெந்துபோன கனவு,
எல்லாமே
வள்ளுவர் கண்ணீர்த் துளிகளில்
அவர் தாயோடு பிறந்தன.

நிலையாமை
நிலையானது என்னும் தத்துவச் சாரம்
வள்ளுவரைச் சூழ்ந்த
காலத் துணுக்குகளைப் பிளந்து படர்ந்தது.

அவருடைய தாய், தன்
மகனின் கண்களில் பழுத்து உதிர்ந்த
உப்புத் திராட்சைகளின்
உள்ளே இருந்து வெளியே வந்து
சொன்னார்,

"உப்பும் சர்க்கரையும் ஒரே நிறம்!
உதயமும் சூரிய மறைவும் ஒரே நிறம்!
பிறப்பும் இறப்பும்
ஒரே இரத்தம்!"

●

On the day she died,
the sky, the day
and the night,
all were born
in among his teardrops.

Wind's stillness,
water's frozen mind,
earth's sensation
on entering the tomb,
fire's decayed dream —
all were born
with Valluvar's mother
in his teardrops.

The essence of the philosophy
that impermanence is permanence
split the atoms of time surrounding Valluvar
and spread them.

His mother emerged
from within
the ripe salten grapes
shed from her son's eyes,
and said,

'Salt and sugar are of the same colour!
Sunrise and sunset of the same colour!
Birth and death,
the same blood!'

●

17

வசந்தத்தின் மொழி
புதைகுழிகளுக்குப் புரியுமா?

திருக்குறள்
நெட்டுருச் செய்யப்படும்
தெருக்களின் வழியாக
வந்தார் வள்ளுவர்.

எவரும்
கதவு திறக்கவில்லை . . .
நெட்டுருச் செய்து கொண்டிருந்தார்கள்.

வீடுகளிலிருந்து
திருக்குறள் சத்தம் கேட்டது.

பாடநூல்களில், தேர்வுத் தாள்களில்
போடப்படாத மதிப்பெண்கள் காலடியில்
எழுசீர் எலும்புகள்
நொறுங்கிக் கொண்டிருந்தன . . .

மாணவர்களும் ஆசிரியர்களும்
சந்திக்காத இடத்திலிருந்த
கல்வி
இருண்ட கண்ணீரை வடித்தது!

உலகப் பொது மறை
ஒவ்வொரு வீட்டிலும்
விளக்கேற்ற முடியவில்லையே!

ஆயிரத்து முந்நூற்று முப்பது
கண்களால்
அழுதார் வள்ளுவர்.

Can burial pits understand the language of spring?

Valluvar
came through streets
where the *Tirukkural*
is memorised by rote.

No one
opened the door to him ...
Everyone was memorising.

From the houses could be heard
the sounds of the *Tirukkural.*

In textbooks,
at the foot of unawarded marks on test scripts,
the bones of heptameters
were cracking.

In a place
where students and teachers
do not meet,
education shed dark tears.

The universal scripture[1]
could not illuminate
every home.

Valluvar wept
through thirteen hundred
and thirty eyes.[2]

---

1 'The universal scripture' (உலகப் பொது மறை *ulakap potu maṟai*) is a common epithet
   for the *Tirukkural.*

2. The allusion is to the 1,330 couplets of the *Tirukkural.*

Erode Tamilanban

பள்ளிவாசல் இடிபடும் ஓசையில்
தஸ்பீக் மணிகள் உதிர –
தாளம் பறிக்கப்பட்ட
ஊழிக் கூத்து,
சிவன் பாதங்களைக் கடித்துத்
தின்ன –
விவிலியத்திலிருந்தும்
குருத்துவாராக் கிரந்த ஓசையிலிருந்தும்
வெளியேறிக்கொண்டிருந்த
காயம்பட்ட கடவுளரைக் கண்ட
வள்ளுவர் கதறினார்.

பீலிகள் பிடுங்கப்பட்ட
இமைகளோடு
திருக்குறள் கண்கள் புகைந்தன.

தாயின் மார்புகளை
அறுத்துச்
சந்தைக்கு அனுப்பும்
இதயம் இல்லாத
மனிதர்கள்
குறட்பாக்களின்
வெளிச்சத் திரிகளை
ஊதி அணைக்கப்
பொருட்பாலுக்குள் புகுந்துவிட்டதைக்
கண்ட
வள்ளுவர்
செயலற்றுத் திகைத்தார்.

காமப் பூச்சியாய்ச்
சிறுமைப்பட்ட மனிதனை
மலரினும் மெல்லிய குறட்பாக்களால்
மாற்ற முடியவில்லை...

வசந்தத்தின் மொழி
பூக்களுக்குப் புரியும்,
புதைகுழிகளுக்கு எப்படிப் புரியும்?

In the sound of a demolished mosque,
the clatter
of spilled *tasbih* beads —
the Dance of Destruction
robbed of its rhythm,
chewing the feet of Shiva.
And seeing the injured gods escaping
from the Bible,
and from the sound of the Granth
from the gurdwara,
Valluvar wailed.

With the eyespots plucked from their lids,
the *Tirukkural*'s eyes
smouldered.

Seeing
heartless men
sending their mothers' hacked off breasts
to market,[3]
retreat into the part on Wealth
only to snuff out
the glowing wicks
of the couplets,
left
Valluvar
paralysed
in bewilderment.

Couplets, finer than a flower,
could not alter
the vile, lustful insect
that is Man.

Flowers understand
the language of spring;
but how can burial pits do likewise?

---

3. This disturbing image is reminiscent of *Purananuru*, poem 278, which tells of a woman
    who receives news that her son fled from a battlefield. Angered at this, she swears that
    if the hearsay is proved to be correct, she will cut off her breasts, which nourished him.

இன்பத்துப் பாலின் கதவுகளை
இறுக மூடிவிட்டு,
நிர்வாணமாக்கித் தம் எண்ணங்களை
நிறுத்திப் பார்த்தார்.
பச்சைக் காயங்கள்;
இரத்தம் வடித்தன அவர் பார்வைகள்.

●

Having fastened the doors
of the part on Love,
he stripped his thoughts
and paused to reflect.
Raw wounds;
blood oozed from his eyes.

●

18

கதவு மூடாத கருத்து நிறுவனம்

வள்ளுவ!
சில்லிட்ட மரணச் சரக்கல்ல
உன் சிந்தனைகள்...

காவி, கமண்டலங்களின்
கருப்பைகளில்
உருவானவை அல்ல
உன் சிந்தனைகள்...
சூரிய கர்ப்பத்தில்
சூல் கொண்டு பிறந்தவை

உறக்கம்
உதிர்த்த விதைகள் அல்ல
உன் எழுத்துக்கள்...

சந்தேகங்களின்
சந்து பொந்துகளிலிருந்து
வந்தவையல்ல
உன் எழுத்துக்கள்...

வெளிச்சத்தின் வாக்குமூலம்.

உண்மைகளை உறிஞ்சி வளரும்
வேர்களின்
வாழ்க்கைப் பிரகடனம்.

கதவுகளை
இழுத்து மூடாத
கருத்து நிறுவனமே!

மோசடி செய்யாமல்
மற்றவர்க்கு முதலீடு செய்யும்
உன் அறிக்கையை...

A thought-institute with ever-open doors

Your thoughts, Valluvar,
are not
the stuff of cold death.

Your thoughts
are not conceived
in the wombs
of the saffron-clad[1] and their *kamandalus*;
their embryos are born
of the pregnant sun.

Your writings
are not
seeds shed by sleep.

Your writings
do not come
from clefts
of doubts.

They are Light's deposition.

Life's proclamation
of roots
that absorb truths, and grow.

O thought-institute
that never
pulls its doors shut!

Spring blooms
after reading
your report

---

1. That is, ascetics, who wear saffron-coloured garments.

வாசித்து
வசந்தம் பூப்பூக்கிறது;
வானம் மழை பொழிகிறது;
மனிதம் புனிதமாகிறது.

அந்நிய முதலீட்டில்
உருவானதல்ல
உனது சிந்தனைத் தொழிற்சாலை.

கலப்படம் இல்லாத
தமிழ் முதலீடு...
உனது உற்பத்தியோ
உலகுக்கே சொந்தம்!

மடையர்களே
வட மூலதனத்தில் அதை நீ
திறந்தாய் என்பர்.

வள்ளுவ!
என்னைக் கேட்டால்
உன் முதலீட்டால்தான்
வானம் அகலமானதென்பேன்,
கடல் ஆழமானதென்பேன்.

வள்ளுவ!
நீ சிந்தித்தாய்...
எங்கள் வினாக்களுக்குக் கிடைத்தன
விடைகள்;
எங்கள் குழப்பங்களுக்குக் கிடைத்தன
தீர்வுகள்;

இறந்த பிறகும் நீ
குறட்பாக்களுக்குள் வந்து
இடையறாமல்
சிந்தித்துக்கொண்டிருக்கிறாய்!

இசையின் முகவரியை
இழந்த
வீணைபோல் இருந்தோம்.

of investing for others
without knavery;
the heavens open;
humanity becomes sacred.

Your thought-industry
was not established
with foreign capital.

Unadulterated
Tamil investment...
Your product
belongs to the whole world!

Fools there are who claim
that you opened it
with funds from the north.[2]

Were I to be asked, Valluvar,
I would say
that it was through your capital alone
that the sky widened,
and the sea deepened.

You pondered,
Valluvar...
our questions
were answered,
our confusions
resolved.

Even after death
you come into *Kural* verses
without interruption
and keep on deliberating.

We were
akin to a veena
that had lost music's address.

---

2. This is an allusion to the claim by some that the *Tirukkural* is derived from Sanskrit sources, including the Vedas. See, for example, Nagaswamy (2017), and a forceful rejoinder by Singaravelu (2020).

வாழ்க்கையின் முகவரியை
எங்கள் கைகளில்
கொண்டுவந்து கொடுத்தாய் நீ.

எங்கள்
கபாலத்தில் முகாம் போட்டிருந்த
சாத்திரங்கள்
வகுத்த வருண பேதங்களால்...
புத்தி முழுக்கப்
புதைகுழி நாற்றம்.

"பிறப்பொக்கும்
எல்லா உயிர்க்கும்" என்று நீ
சொன்னாய்

"கொடிப்பூ, கோட்டுப்பூ,
நீர்ப்பூ, புதற்பூ" –
நால்வகைப் பூவிலும்
குறள் மணம் கமழ்ந்தது

ஆற்று நீர், ஊற்று நீர்
மழை நீர்
முந்நீரிலும்
சிலுசிலுத்தது செப்பலோசை

எண் திசைகள்
பூசிய சந்தனம்
விண்மார்பில்
மணந்தது ஒன்றாய்!

இகம், பரம் என மனித
வாழ்வைப் பிளந்த கோடு மறைய...
அகம், புறம்
இரண்டிலும் மனித அறம்
ஒளிர்ந்தது வள்ளுவ!

●

Greetings, Valluvar!

You carried
into our hands
life's address.

Because the shastras
camped in our skull
imparted
caste divisions,
our entire way of thinking
had the stench of a burial pit.

'Living beings
are all alike at birth,'[3]
you said.

Flowers on creepers, and on branches
flowers of aquatic plants, and of shrubs —
all four types of flower
were suffused with *Kural* scent.

The *seppalosai* rhythm
flowed like the babbling
of the three waters —
river, spring, and rain.

The sandal pastes
smeared on the sky's chest
by the eight directions
collectively radiated fragrance.

With the divide of human life
into *igam* and *param* disappearing,
in both *agam* and *puram*,
human virtue shone out,
Valluvar!

●

---

3. See *Tirukkural*, couplet 972: 'Living beings are all alike at birth, | The difference comes
from acts of special worth' (Sreenivasan).

19

மீண்டும் பிறந்தார் வள்ளுவர்!

வசந்தத்தின்
நியமன உறுப்பினர்களாக
வந்திருந்தனர் வள்ளுவர் குடும்பத்தில்
இரண்டு குழந்தைகள்.
வள்ளுவர் மனைவி
மீட்டிக்கொண்டிருந்த வீணைக்கு
விடுமுறை.

வள்ளுவர்
அவ்வப்போது வாசிக்கும்
புல்லாங்குழலின் பொத்தல்களில்
தலையை உயர்த்தி
வரிசையாய் உட்கார்ந்தன
சரிகமபதநிகள்...

மழலைகள் திறந்துவைத்த
கல்லூரியில் மாணவர்களான
பூக்களின் ஞாபகம் முழுவதும்
பூத்தன
குழந்தைகள் கண்கள்

வைகறையின் பைநிறைய,
குழந்தைகளின்
உதடுகளில் விடிந்த புன்னகைகள்

"ஒன்றே முக்கால் அடிக்குள்
ஓடி வருகின்றனவே குழந்தைகள்...
அடிபட்டுவிடுமோ?"
அஞ்சினார் வள்ளுவர்.

Valluvar was born again

Two infants
came into Valluvar's family
like spring's
appointed nominees.

The veena
which Valluvar's wife would play
had a holiday.

The do-re-mis
sat in a row,
with their heads high,
on the tone holes of the flute
which Valluvar played
every so often ...

The entire memory of flowers
blossomed as eyes of children
after becoming the students in the college
opened
by lisping infants.

Aurora's bag is filled
with smiles dawned
on the children's lips.

'Won't the children get hurt
as they come running into
just a foot and three quarters?'
feared Valluvar.

கைகால்களை
விருப்பப்படியெல்லாம்
விரிக்க, நீட்ட, அசைக்க, ஆட்ட
முடியாதபடி
தடுக்கும் வெண்டளைகள்...
விலகிப் போகச் சொன்னால்
போகுமா?

குறட்பாவின் போதாமை
குழந்தைகள் பிறந்த பிறகுதான்
புரிந்தது வள்ளுவருக்கு.

கடவுளை
அடக்க முடிந்தது ஏழு சீர்களுக்குள்...
குழந்தைகளிடம்
திண்டாடித் திணறினார்.

ஈற்றுச் சீர்களிடம்
எச்சரிக்கை செய்துவைத்தார்...

குழந்தைகள்
குறட்பாவை விட்டிறங்கி
வெளியே செல்ல விரும்பினால்
விட்டுவிடும்படி!

சீர்களின் இடைவெளிகளில்
சிந்திக் கிடந்தன
நட்சத்திரங்களும் பனித்துளிகளும்.

குழந்தைகளை
வள்ளுவரோடு போட்டிபோட்டு
முத்தமிட்ட
செப்பலோசையின் உதடுகள்
சிவந்தன.

வெளிச்சத்தோடு பழகி
வெளிச்சமாகிவிடும் ஞானிகள்போல்
குழந்தைகளோடு பழகிய குறட்பாக்களும்
குழந்தைகளாகி...
குறுகுறு நடந்தன; சிறுகை வீசின;
நெய்யுடை அடிசிலை
இட்டன, தொட்டன, கவ்வின, துழாவின
மெய்பட விதிர்த்தன...

Venba elision rules
preventing their limbs
from being able
to spread, stretch,
shake, and move freely...
Will they stand aside
if they are told to?

Valluvar realised
the inadequacy of *Kural* verse
only after his children were born.

Within the heptameters
he could constrain God...
but with the children
he struggled, as them he could not.

He warned
the final *seers*...

should the children want to alight
from the *Kural* couplets
and depart,
to let them go.

Stars and dewdrops
scattered
in the intervals between the *seers*.

Rivalling Valluvar,
the lips of the *seppalosai* rhythm
reddened
as they kissed
the children.

Just like sages who became used to light,
became light,
venba couplets familiar with children
became children...
they teetered, and waved their tiny hands,
they gave, touched,
grasped, kneaded,
and threw around

அப்பருக்கைகள்,
அதிகாரங்கள் தாண்டி எங்கெங்கும் போய்
விழுந்தன.

புராணத் தேவர்களும் அமுதமும்
வெட்கத்தில் புதைய
வள்ளுவர் வாயிலும் அவர் மனைவியின்
வாயிலும் குறட்பாக்கள்
இட்டன பருக்கைகள்!

முதல் படைப்பின்
மூல அணுவுள், யுகங்களின்
சாரம் பாய்ந்து ததும்ப,
அடுத்த பரிமாணத்தின்
அதிர்வுகள் மின்னல்கள் செய்தன
இயற்கையுள்.

வேர்வைத் துளி...
கண்ணீர்த் துளி...
ஒவ்வொரு துளியின் உள்ளேயும் இருந்த
போராட்ட உலகங்கள்,
குறட்பாக்கள் சிந்திய பருக்கைகளான
வெள்ளைக் கூடாரங்களில் புகுந்து
விரதம் இருந்தன.

வள்ளுவர்
தம் குழந்தைகளுக்குள் போய்ப்
பிறந்தார் மீண்டும்.
அந்த நேரமாய் அவரிடம் ஏதோ
கேட்க வந்த
விதவையர் இருவர்
அவர் மனைவியிடம் பேசினர்.

எழுத்தாணியும் பனையோலைகளும்
என்ன செய்வது என்று புரியாமல்,
யோசனை கேட்டன
வீட்டுக்குள் போய்,
குழந்தைகளிடமும் பொம்மைகளிடமும்.

●

the grains of cooked ghee-rice,
which overstepped the chapters
and fell everywhere.[1]

Puranic devas and ambrosia
were cloaked in shame;
Kural couplets put the rice-grains
into the mouths
of Valluvar and his wife.

Within the original atom
of the first creation,
the essence of the yugas brimmed over;
the vibrations of the next dimension
produced flashes of lightning
in nature.

Beads of sweat…
teardrops…
worlds of war inside each drop
entered
the white tents
of *Kural*-strewn rice grains,
and began on a fast.

Valluvar
was reborn
through his children.
At that time,
two widows
who came to ask him something
spoke with his wife.

His stylus and olas,
at a loss as to what to do,
went into the house
and asked the children and toys
for advice.

●

---

1. The lines in italics here are adapted from *Purananuru* poem 188 by Pandyan Arivudai
   Nambi. In this, one of the most famous poems in Tamil, the poet avers that having children
   and delighting in their development is worth more than any wealth and position. Note
   also *Tirukkural*, chapter 7 (couplets 61–70), மக்கட்பேறு *makkaṭpēṟu* 'On the blessing of
   children' (Diaz).

20

வீணைக்கு வரும் முன் இசை
இருந்த இடம்...

வள்ளுவ !
வந்து உனது குறளில்
வாழும் முன் உன் வார்த்தைகள்
எங்கிருந்தன ?

வரும்போது அவை
கொண்டுவந்தது என்ன ?
வந்த பின் உன்னிடம் அவை
பெற்றது என்ன ?

விளக்கிற்கு வரும் முன்
வெளிச்சம் இருந்த இடத்திலா ?
வீணைக்கு வரும் முன்
இசை இருந்த இடத்திலா ?
நெருப்புக்கு வரும் முன்
வெப்பம் இருந்த இடத்திலா ?
எங்கிருந்தன உன் வார்த்தைகள் ?

வார்த்தைகள்
உன்னிடம் குறட்பா ஆனபோது,
மரங்களாக முடியாத கிளைகள்
உன் ஆதரவில்
வனங்களாகி இருக்குமே !

ஓடை ஆக முடியாத அலைகள்
உன் கடைக்கணிப்பில்
கடல்களாகி இருக்குமே !

Where music dwelt before reaching the veena …

Where were your words,
Valluvar,
before they came to reside
in your *Kural*?

What did they bring
with them?
And once they had come,
what did they gain from you?

Where were your words?
Were they where light was
before it came to the lamp?
Were they where music was
before it came to the veena?
Were they where heat was
before it came to the fire?

When the words in you
became *Kural* verse,
branches that could not grow into trees,
would, with your support,
have become forests.

Waves that could not turn into streams,
would, at a simple glance from you,
have become oceans.

Erode Tamilanban

அறம்
ஆரத்தி எடுத்தது...
பொருள்
பொட்டு வைத்தது...
இன்பம் இனிப்பு வழங்கியது
உன்
வாசலுக்கு வார்த்தைகள்
வந்தபோது.

கதாபாத்திரங்களைச்
சுமந்து சுமந்து
கழுத்துச் சுளுக்கிப்போன
வார்த்தைகள்,
காப்பியங்களின்
கதவுகளைத் திறந்து
ஓடி வந்தன உன்னிடம்...

கற்பனைகளால்
உடம்பு வீங்கிவிட்ட சொற்களும்
கூடவே அவற்றுடன்
ஓடிவந்தன...

வருணனை செய்துசெய்து
வாயுலர்ந்த
வார்த்தைகளும்
விழுந்தடித்துக்கொண்டு
ஓடிவந்தன...

காவிய உலகில்
கலவரம்...
வார்த்தைகள் எல்லாமே
காலி செய்துவிட்டுப் போய்விடுமோ?

காவிய மாந்தர்கள்
வெறுமையோடிய காண்டங்களில்
வீதி வீதியாய்த் தம் வார்த்தைகளைத்
தேடினர்.

'அழுவதற்கும் அரற்றுவதற்கும்கூட
வார்த்தைகள்
மிஞ்சாமல் போகுமோ?'

When words
came to your door,
Virtue
waved an *arathi* flame,
Wealth
applied a tika,
and Love
offered sweets.

Words,
their necks sprained
under the weight
of personae,
opened the doors
of epics,
and dashed towards you…

Words
swollen with imagination
also ran
with them…

Words,
their throats parched
with repeated
depictions,
came tumbling along…

A tumult
in the world of the epic…
Would all words
up and leave?

Characters in epics
in empty cantos
combed the streets
for their words.

Would there remain
no more words
even for weeping and wailing?

Erode Tamilanban

சம்பவங்கள்,
படலங்களில் பாத்திரங்களை
உட்கார வைத்துவிட்டு
ஓடிவந்தன உன்னிடம்...

உனது
வாய்மைப் பேரரசில்
வார்த்தைகள்
மானுடத்தைக் கொண்டாடுகின்றன...
எண்ணங்களைக்
கொண்டாடுகின்றன...
தங்களையும்
கொண்டாடிக்கொள்கின்றன...

உன்
வார்த்தைகளைத்
தொட முயன்ற மரணம்
தோல்வியை ஒப்புக்கொண்டது.

காலம்
உன் சொற்களில் வாழ்ந்து
வயதை
வளர்த்துக்கொள்கிறது.

உனது
நூலில் உள்ள சொற்களைக்
கலைத்துப் போட்டால்கூடத்
தத்தம் இடம் தெரிந்து
தாமே அமர்ந்துகொள்ளும்.
உலகம்
ஓர் எழுத்தாகச்
சுருங்கிவிட நினைத்தால்
உன்
வார்த்தைகளுக்குள்
வருவது தவிர வேறு வழி
ஏது?

வேர் வைத்து வளர்ந்துள்ள
உன் சொற்களில்
கூடுகட்டி வாழத்தான்
சூரியப் பறவைக்கும்
ஆசை

Episodes,
leaving characters
seated in their chapters,
ran to you…

In your empire
of truth,
words
celebrate humanity…
and
thoughts…
and
themselves…

Death
strove to touch
your words,
but admitted defeat.

Time
living in them
extends
their lifespan.

Even if
you shuffle the words around
in your book,
they know their places
and will take their seats by themselves.

Should the world
think of shrinking
into a single letter,
does it have
any alternative
to coming
into your words?

The desire of the sun is,
as a bird,
to nestle down
in your words,
which have taken root and grown.

சதை திரண்ட
உன் வார்த்தைகளின் சாரம்
சலசலத்து ஓடுகிறது எங்கள்
உள்ளங்களில்...

வள்ளுவ!
உன் வாசலுக்கு வந்தவற்றுள்
நீ
பயன்படுத்தியது போக
எஞ்சிய வார்த்தைகளை
என்ன செய்தாய்?

எங்கள்
இறந்த நதிகள் பிழைக்கட்டும்
கொஞ்சம் அள்ளிப் போடு!

எங்கள்
தரிசுகள், பயிர்ப் பரிசுகள்
பெறட்டும்
கொஞ்சம் அள்ளிப் போடு!

எங்கள்
உள்ளங்கை ரேகைகளிலும்
மின்னல்கள் உற்பத்தியாகட்டும்
கொஞ்சம் அள்ளிப் போடு!

●

The essence of your words,
charged with meaning,
is rippling
in our hearts…

What
did you do,
Valluvar,
with those remaining words
which arrived
at your door?

Scatter a few
to bring life
to our dead rivers!

Scatter a few
to confer the bounty
of crops
on our fallow lands!

Scatter a few
to endow
our palm lines
with lightning!

●

21

அகமும் புறமும் – அன்றும் இன்றும்

வரலாறு
நரை படியாதிருந்த தமிழனின்
வைகறை நாள்கள் –

சங்கக் கபிலன்
நடந்த குன்றச் சாரல்களில்
பூக்களும் முத்தங்களும்
சோகம் தொடாத ஆசைகளும்
மணந்து கிடந்தன.

கவிதைகளுக்குள் வந்து
காதலர்கள் பரிமாறவும் பசியாறவும்
கபிலவர்க்கம் கண்மலர்ந்து
காத்திருந்தது.

அருவிகளில், பறவைகள் பாட்டுக்
குரல்களில்
காதல் திரட்டிக்கொள்ள
இசையும் இனிமையும் ததும்பிக் கிடந்தன

பருவ நாள்கள்
உருகி உருகிக் கரையக் காதல் ஒளி
உடல் தாண்டி,
உயிர் மூச்சுத் தாண்டி !

வைகறை
கிழக்கே வைக்கும் கிண்ணத்தில்
வழிந்தது.

நிலாக்கோப்பையில் இரவும்
ஒளியை
நிரப்பிக்கொண்டது.

   Greetings, Valluvar!

The internal and the external — then and now

Those were the dawn days
of the Tamil
when History had not turned grey.

On the hilltops
where Sangam Kapilan walked,
lay sweet-smelling flowers,
kisses,
and desires untouched by grief.

Kapilan's lineage
waited with eyes wide open
for lovers to come inside poems
and appease their hunger.

Music and pleasure
brimmed
in waterfalls and birdsong,
to accumulate love.

The days of young adulthood
melted away and evaporated,
the light of love transcended the body,
and the breath of life

overflowed into the bowl
laid in the East
by the dawn.

Night
filled the moon-cup
with light.

'செம்புலப் பெயல்நீரில்'
நாணச் சுழிகள் எழுந்ததன்றிச்
சாதி
நச்சுத் துளிகள் விழுந்ததில்லை.

மதங்கள், பணம், பதவிகள்
வாலிபம் மீட்டும் பாடலை
வழிமறிக்கவில்லை.

அறிமுகம் இல்லாத பூமியில்
வாழ்க்கையைத்
தொலைத்துவிடும் அவலம் இல்லை.

காதல் இருந்தது
காதல் வளர்க்கக் கண்கள் இருந்தன
மனங்கள் இருந்தன
வாழ்த்தியணைக்க
வானம் இருந்தது
பூமி இருந்தது

மழையிலும் வெயிலிலும்
மகிழ்ச்சிகள் இருந்தன.

முறுவலை, முத்தத்தை
அபகரிக்கும் வற்புறுத்தல்,
அருகில் வருகிற ஆபத்து இல்லை.

அவர்கள்
கண்களின் சங்கமத்தில்
கண்டெடுத்தனர் மணநாளை.

கிரகங்கள்
மிரட்டும் சாதகக் கட்டங்களில்
சிக்கித் தவிக்கவில்லை.

In 'the pouring rain on the red earth'
rose only
swirls of coyness,
and no drops of caste poison fell.[1]

Religions, money and positions
did not impede
the song tuned by the young.

There is no danger
of losing life
in an unfamiliar land.

There was love,
and there were eyes to nurture love;
there were hearts
to bless and embrace;
there was the sky,
and there was the earth.

There were joys
in rain and shine.

There is no immediate danger
of smiles and kisses
being forcibly seized.

They found
their wedding day
in the meeting of their eyes.[2]

They did not become enmeshed
in birth charts
and the frightening planets in these.

---

1. 'In the pouring rain on the red earth' is taken from the penultimate line of *Kurunthogai*, poem 40, where it occurs as a simile. The poem concerns a couple from different backgrounds falling in love. The woman is apprehensive, but the man reassures her by reminding her that despite their respective families not being related, and they themselves being strangers to each other, their hearts mingled like rain water in the red earth, of different characteristics but which cannot be separated.

2. Compare *Tirukkural*, couplet 1100: 'When eyes with eyes commingle | What do words avail?' (Sundaram).

பஞ்சாங்கக் காட்டுக்குள்
பாதை இழந்து பரிதவிக்கவில்லை.
அன்று
காதல், ஒரு வாலிப உற்சவம்.
நிர்வாண ஆட்டங்களை
நிராகரித்த திருவிழா.

பாலுணர்ச்சிக் கதை சொல்லி
அவர்கள் இளமையை
இரகசியக் குற்றங்களில்
இறக்கிவிட ஆளில்லை.

உடலுக்கும் உள்ளத்திற்கும்
உலை வைக்கும் திரைப்படங்கள்,
அலை வரிசைத் தொலைக்காட்சி
அன்றில்லை.

அவர்கள் வாலிபத்தை
இயற்கை வழிநடத்தியது;
காதலை
இதயங்கள் எழுதின.

அகநானூறும் குறுந்தொகையும்
காதலர்கள்
வரும்போதெல்லாம்
கதவு திறந்துவைத்தன.
திணை, துறைகள்
பன்னீர் தெளித்து வரவேற்றன.
வார்த்தைகளின் கைகளில்
ஆரத்தித் தட்டுகள் இருந்தன.

எனினும்,
'வினைவலர் அடியவர்' காதல்
இலக்கிய வீதியில்
நுழைய முடியாதபடி தடைகள் இருந்தன;
சுதந்திரக் காதலுக்குள்,
பெண்களின்
சோகமும் இருந்தது.

அன்பின் ஐந்திணை இடத்தில்
இப்போது
கைக்கிளை பெருந்திணைகள்;
வக்கிரக் கதைகள் முகப்பில்
சிவப்பு விளக்குகள்.

   Greetings, Valluvar!

They did not have the distress
of being drawn away in the forest of the almanac.
In times of old,
love was a youth gala,
a festivity
that rejected naked frolicking.

They were not the ones
to drag the young
into furtive crimes
by relating erotic stories.

There were no films
or television channels
to harm
the body and the mind.

Nature guided
their youth;
hearts
wrote love.

The *Agananuru* and *Kurunthogai*
opened their doors
whenever lovers came.
The rules of *tinai* and *turai*
extended a welcome
by sprinkling rose water.
Words held *arathi* plates
in their hands.

However
there were obstacles
to 'working class' love
walking the literary path;
in free love
lay also
the anguish of women.

In the place
of the five modes of love
is now unrequited and unnatural ardour;
red lights
on the façade of aberrant stories.

உடலுக்கு அடிமையான
அகத்திற்கு,

உள்ளம் –
தொட முடியாத தூரத்தில்.

வீரம்,
விடுமுறை போடாமல் தமிழனின்
வாளில் – இரத்தத்தில்
இயங்கிக்கொண்டிருந்தது.

பாசறை
விளக்குகளின் வெளிச்சத்தில்
சரித்திரத்தின் பக்கங்களுக்குள்
வார்த்தைகள் வந்துகொண்டிருந்தன
வரிசையாக.

விழுப்புண்கள்
கவிதைகளைத் திறந்து
தம் இடங்களைத் தேடி அமர்ந்தன.

பனி இமய
உச்சியில் தமிழகக் கொடிகள்
காற்றின்
நாக்குகளாகித் திசைகள் கேட்க,
கண் சிவந்த தமிழனின்
கதைகளை உச்சரித்தன.

எனினும்
தொல்காப்பியத் திணை துறைகளில்,
தமிழனின் வெற்றி
பெரும்பாலும்
தமிழன் மீதாகவே இருந்தது பற்றிய
வெட்கமும் வேதனையும்
மறைந்து நின்றன.

பாரியைக் கொன்றனர்
மூன்று வேந்தர்கள்.
பறம்புமலை சிதறித் தெறித்தது
ஒற்றுமையற்ற தமிழனுக்காக
உள்ளம் நொறுங்கி.

For *agam*
as a slave to the body,

at a distance
out of reach to the heart.

Valour
was running unceasingly
in the sword and blood
of the Tamils.

In the light
of the lamps
of the war-tents,
words were filing
into the pages of history.

Chest wounds[3]
unlocked poems
and took their seats.

On the Himalayas' snowy peaks,
Tamil Nadu flags
flapped like tongues of the wind
and narrated stories of
the angry-eyed
for directions to hear.

Nonetheless
in the *tinais* and *turais*
of *Tolkappiyam*,
the victories of the Tamils
were mostly solely over Tamils;
and the shame and agony
remained hidden.

The three kings
killed Pari.
Parambu Hill was crushed
and broken-hearted
over the disunited Tamilian.

---

3. A chest wound sustained in battle was a sign of valour, and greatly respected.

இரண்டு தமிழனின்
ஒற்றுமை
மூன்றாம் தமிழனின்
ஈரலைத் தின்பதாகவே
இருந்துவந்தது.

புறநானூற்றுப் போர்க்களங்களில்
மாய்ந்தவன் தமிழன்
மாய்த்தவன் தமிழன்!

புலவர்கள், பாடல்களை
மன்னர்களின் மண்வெறி மார்பில்
சூட்டினர்.

இன்றும்
அதே புறநானூற்றுத் தமிழன்
சாதிக்களத்தில்
எதிரெதிர் மோதுகின்றான்.

சரித்திரத்தில்
அவமானப்பட்டு அத்தியாயங்கள்
அலறுகின்றன.

இன்றும்
செங்குட்டுவச் சினம்
கனகவிசயர்மேல் கால் ஊன்றாமல்,
கட்சி வரம்புகளோரம்
சுய மோதல்களுக்குச்
சூடு திரட்டுகின்றன.

புறப்புண் நாணி
'வடக்கிருந்தவன்' வம்சம்
அந்தக்
களங்கக் காயங்களுக்குள்
புகுந்து
பொறுக்குகின்றது
பதவியை, அதிகாரத்தை, பணத்தை.

விரிசல் கண்ட
புறப்பாட்டுச் சொற்களுக்கு இடையே
கிளம்பிவந்த தமிழன் கைகளில்
கட்சிக் கொடிகள்; கலக வெடிகள்.

The unity
of two Tamils
came about only
from eating
the liver of the third.

On the battlefields of the *Purananuru,*
Tamilian it was who died,
and Tamilian who killed!

Poets garlanded the chests
of territory-mad kings
with their poems.

Nowadays,
the same Tamilians of the *Purananuru*
confront one another
in the caste arena.

Chapters in history
scream out
in shame.

Even today,
the wrath of Senguttuvan
does not step on Kanaka and Vijaya,
and party lines
gather heat
for mutual clashes.

The race of him who,
like being ashamed of a back wound,[4]
took a vow to fast unto death,
seated facing north,[5]
now picks position, power, and money
by interposing
into those stigmatised wounds.

Party flags and riotous explosions
in the hands of Tamils
out among the words
of a fractured *puram* song.

---

4. A back wound was a humiliating sign of having fled from an enemy.

5. See *vadakiruthal* in Glossary.

திசைகள்
வானத்தைத் தின்பதில்லை
ஆனால்
தமிழன் தமிழனையே தின்னுகின்றான்.

அலைகள்
கடலை அடைமானம் வைப்பதில்லை
ஆனால்
தமிழன் தமிழையே
அடைமானம் வைக்கின்றான்.

சாதியால், சமயத்தால், கட்சியால்,
பணத்தால், பதவியால்
தமிழன் தமிழனையே
சவக்குழிக்குள் தள்ளுகின்றான்.

"யாதும் ஊரே யாவரும் கேளிர்"
– பூங்குன்றன் புறப்பாட்டின்
நரம்பு மண்டலத்தில்
சுயநலக் கொப்புளங்கள்;
உரத்த குரலில் உடைகின்றன
"யாதும் எனதே யாவரும் அந்நியர்"

இன்றைய
அகத்தில் புறத்தில்
இருளை அடிவருடிக்கொண்டிருக்கிறது
ஒளி.

ஒளியின் வெற்றியை
உறுதிப்படுத்தும் அகமும் புறமும்
பூக்களாய், புண்களாய்
எப்போது மலரும்?

●

Directions
do not eat the sky,
but
Tamilian devours Tamilian.

Waves
do not pawn the sea
but
the Tamilian pawns
the Tamil language itself.

Whether through caste or religion,
through party, money, or position,
Tamilian pushes Tamilian
into the grave.

'Everywhere is my home, everyone is my kin.'
— in the nervous system
of Poongundran's *puram* poem,
blisters of selfishness
burst aloud,
'Everything is mine, everyone is alien.'

In today's
agam and *puram*,
light grovels
to darkness.

When
will *agam* and *puram* bloom
as flowers and wounds
to assure the victory of light?

●

22

உலக மனிதனை உருக்கி வார்க்க...

சூரியனையும் பூமியையும்
தொட்டுக்கொண்டு பேசினான்
கணியன் பூங்குன்றன்
தமிழ்
அவன் சொற்களுக்குள் புகுந்து
திசைகளை விரிவுபடுத்தியது.

எல்லா நாட்டு
அருவிகளிலும் நதிகளிலும்
மனித இரத்தம் ஒன்றே என்று
ஒரு கோடி உதடுகளை
இயற்கை திறந்தது.

ஊர் ஒவ்வொன்றிலும்
வீடு ஒவ்வொன்றிலும்
கதவில்லா உறவுகள்
காத்திருந்தன
மனிதன் வருகைக்காக.

பூங்குன்றன் வாக்கியங்களுக்குள் வந்து
பொன்னும் மணியும் வைரமும்
வெளிச்சம் அருந்தி
வெளியே புறப்பட்டன.

அவனுடைய அகவலோசையில் அன்பின்
இதயவாசம் கமழ்ந்தது
சந்தனமும் பன்னீரும் சவ்வாதும்
'எப்படி அன்பைக் கமழ்வது?'
இப்படி எண்ணத் தொடங்கின.

பூங்குன்றன் கண்கள் இரண்டிலும்
சமமாய் உட்கார்ந்தனர்
சிறியவரும் பெரியவரும்.

To mould and cast the world-man

Touching both sun
and earth,
Kaniyan Poongundran
spoke;
penetrating his words,
Tamil expanded the directions.

Nature
opened ten million lips to say
that in the waterfalls and rivers
of all countries,
human blood is the same.

In every town,
in every house,
unrestrained kinship
awaited
Man's arrival.

Gold, gems and diamonds
entered Poongundran's sentences,
imbibed the light,
and went on their way.

The heart notes of love
pervaded his *agaval* rhythm;
sandal, rose and civet
began to wonder how
to spread the love.

Young and old
sat equally
in the eyes of Poongundran.

தராசுகள் தயாரித்த பார்வைகளைச்
சமத்துவம்
சமூக வீதிக்குக் கொண்டுவந்தது.

வியத்தலும் இகழ்தலும் இனிமேல் தங்களுக்கு
வேலையில்லை என்று
விலகியபோது
ஊரார் வைத்திருந்த
சிலுவையும் தொட்டிலும்
உபயோகம் இழந்தன.

தீதும் நன்றும்
எங்கென்று தேடியவர்கள்
அவன் காட்டிய வழியில் நடந்து
திரும்பி வந்தனர் தங்களுக்கு உள்ளேயே.

சுரமும் வழுச்சுரமும்
இருப்பது பாடலில் இல்லை; தங்கள்
குரல்களில் என்று உணரத் தொடங்கினர்.

பட்டாம்பூச்சிச் சிறகுகளில்
ஒட்டிக்கொண்டிருக்கும் புன்னகையும்
மழை வில்லில்
தில்லானா பாடும் வண்ணங்களும்
குழந்தைகள் விழிகளைச்
சித்திரப்படுத்தும் நட்சத்திரங்களும்
திரைமறைவுகளில்
ஆலோசனை செய்வதே இல்லை
ஆனால்...

அர்த்தங்களை மாற்றி வைத்து
வார்த்தையை, வாழ்க்கையை
அழுக்காக்கிவிடுகிறான் மனிதன்.

திசை மாற்றி வைப்பானோ மனிதன் என்று
தினம் தினம் விடியல்கூடத்
தடுமாறிவிடுகிறது.

மழை, நெருப்பு, காற்று, நிலா
ஆகியவை
பேசும் மொழிகளில் தாமும் இருக்கின்றன
ஈரம், வெப்பம், இசை, ஒளி
என்பனவும் இருக்கின்றன.

Equality brought the visions
produced by scales
into the social arena.

When wonder and disdain,
having no more to do,
withdrew,
the cross and the cradle
kept by the townsfolk
lost their utility.

Those who sought
the whereabouts of Good and Evil
took the path he showed,
and came back into themselves.

In the songs, there were no notes
or false notes; but in their voices
they began to feel them.

Smiles
cleaving to butterflies' wings,
colours
singing *thillanas* in rainbows,
and stars
portraying children's eyes —
such never consult
behind the scenes,
but …

by changing meanings,
Man pollutes
word and life.

Day after day,
even the dawn stumbles,
unsure whether Man will change direction.

Rain and fire, wind and moon
are there
in their own languages;
moisture and heat,
music and light, too.

மனிதன் பேசும் மொழிகளில்
வெறியும் சுயநலமும், அச்சமும் வீம்பும்
இருக்கின்றன.
மனிதன் மட்டுமே இல்லாமற் போகிறான்.

எங்கெங்கும்
இந்தப் பூமியின் தோல் ஒன்றேதான்
என்ற பாப்லோ நெருடாவும்,
மனிதனைப் பாடுவேன் என்று கவிதையால்
உலகைக் கழுவிவைத்த
வால்ட் விட்மனும்
பூங்குன்றன் எழுத்தாணியைப்
புதுப்பித்துக்கொண்டவர்கள்.

இங்கும்
உலக மனிதனை உருக்கி வார்க்கக்
கொல்லுப் பட்டறை திறந்தனர்
பூங்குன்றன் பேரர்கள்.
இதோ
சத்தியச் சுத்தியல், சம்மட்டி ஓசை –
"யாதும் ஊரே யாவரும் கேளிர்".

●

In the languages spoken by man
are fury and egoism,
fear and pride;
Man alone is missing.

Pablo Neruda, who said
that the skin of the Earth
is everywhere the same,
and Walt Whitman,
who laved the world with his poetry
of The Man I sing,
are those
who revived the stylus of Poongundran.

And here,
to mould and cast the world-man,
Poongundran's grandsons
opened a forge
Listen!
The hammer of truth, the sound of the maul —
'Everywhere is my home, everyone is my kin.'

●

Erode Tamilanban

Glossary

Adibhagavan (ஆதிபகவன் *Ātipakavaṉ*): the concept of the primordial universal God or Divine.

Aeneid: see Virgil.

agam (அகம் *akam*): the interior; the home, hearth; one's heart and soul; 'in-ness' (Shulman, 2016: 45). *Agam* poems concern aspects of love, emotions and feelings, union, separation, chastity, betrayal, forgiveness, etc. See also ***puram, tinai***.

Agananuru (அகநானூறு *Akanāṉūru*): one of the *Eight Anthologies* in Tamil Sangam literature, comprising some four hundred poems about home life, love, family relationships, etc.

agaval (அகவல் *akaval*): one of the principal metres of Tamil Sangam poetry, comprising lines of four *seers*, each of two *asais*, and characterised by rhyme, assonance and alliteration. See also ***nurpa***.

ambrosia (அமிர்தம் *amirtam*): the food or drink of the gods; 'like the Greeks in regard to their celestial ambrosia, the Indians… have imagined a liquor called AMREETA, which confers immortality on all who drink it' (Maurice, 1795: 498).

aram (அறம் *aram*): 'virtue', 'dharma'; ethical values in the pursuit of life, the theme of the first part of the *Tirukkural*. See also ***inbam, porul, veedu***.

arathi (ஆரத்தி *āratti*): a Hindu ritual in which a flame lit using camphor, ghee or oil is waved clockwise to venerate deities or important persons.

Arthashastra: A Sanskrit treatise on statecraft, political science, economics and military strategy. Although traditionally attributed to Kautilya, the text is probably the product the work of several authors and editors, who lived at various times between the second century BC and third century AD.

asai(அசை *acai*): the basic metrical unit of Tamil prosody, of which there are two types: *nerasai* (நேரசை *nēracai*), a single syllable with a long or short vowel optionally preceded or followed by a consonant: (C) V̆ (C); and *niraiyasai* (நிரையசை *niraiyacai*), a compound consisting of a syllable with a short vowel optionally preceded by a consonant, followed by a *nerasai*: (C) V̆ - (C) V̆ (C).

Athiyan (அதியன் *Atiyan̠*) (*fl. c.* first cent. BC): Athiyaman Neduman Anji (அதியமான் நெடுமான் அஞ்சி *Atiyamān̠ Neṭumān̠ Añci*), a legendary feudatory chieftain and noted munificent patron of poets. The most distinguished luminary of his court was the poetess Avvai. On one occasion, he acquired a myrobalan fruit, which endowed the individual who ate it with longevity. Instead of eating it himself, he presented it to Avvai, in the belief that, for the benefit of the Tamil language and heritage, she deserved to live longer than he did.

Avvai (ஔவை *Auvai*) (*fl. c.* first cent. BC): a poetess in the court of Athiyan, and authoress of fifty-nine of the poems in the *Purananuru*.

Bharathidasan (பாரதிதாசன் *Pāratitācan̠*) (K. Subburathinam) (1891–1964): a Tamil poet, playwright, scriptwriter and essayist, whose literary works were inspired by the writer C. Subramania Bharati — his adopted name, Bharathidasan, means 'adherent of Bharati'. In the political sphere, Bharathidasan was greatly influenced by Periyar E. V. Ramasamy, and his writings, impassioned by the spirit of the renaissance of the Tamil heritage, and committed to independence activism, served as a catalyst for the growth of the Self-Respect Movement in Tamil Nadu. Erode Tamilanban was for a number of years closely associated with Bharathidasan.

Bharati, C. Subramania (சி. சுப்பிரமணிய பாரதி *Ci. Cuppiramaṇiya Pārati*) (1882–1921): a Tamil writer, poet, journalist, Indian independence activist, and social reformer. A pioneer of New Poetry in Tamil, he is considered one of the greatest figures in Tamil literary history. He championed women's emancipation and the abolition of child marriage, and as a vehement opponent of the caste system, he advocated societal and religious reform.

Bible (விவிலியம் *Viviliyam*): the principal holy scripture of Christianity.

Buddha (Siddhartha Gautama) (புத்தர் *Puttar*) (*fl.* sixth/fifth cent. BC): an ascetic, religious teacher and founder of Buddhism. After a life of mendicancy and meditation, he attained nirvana, or spiritual liberation, under a bo, or peepul, tree (*Ficus religiosa*) at Bodh Gaya in the modern Indian state of Bihar. He is thus also referred to as Bodhi Madhavan (போதி மாதவன் *Pōti Mātavaṉ*), 'lord of enlightenment'.

C: in formulae for the structure of prosodic metrical units, the abbreviation for 'consonant'.

caste: a level of social stratification. Hindu society has traditionally been organised into four hierarchical occupation-based varnas (வர்ணம் *varṇam*): brahmins (பிராமணர் *prāmaṇar*), priests; kshatriyas (சத்திரியர் *cattiriyar*), warriors, administrators; vaishyas (வைசியர் *vaiciyar*), agriculturalists, traders, artisans; and shudras (சூத்திரர் *cūttirar*), labourers, menials. Outside this system were the marginalised 'untouchables' — now known as dalits (தலித் *talit*) — who performed tasks considered ritually polluting, such as clearing waste and tanning hides. Within these classifications are jatis (சாதி *cāti*), communities with hereditary characteristics: people are born into a jati, which traditionally determined their occupations and statuses, and those with whom they could eat and drink, socialise, and marry. Both *varṇam* and *cāti* are commonly rendered in English as 'caste', although they are socio-anthropologically distinct constructs.

cawney (காணி *kāṇi*): a now obsolete unit of land area, approximately equal to 0.53 ha (1.32 acres), used in the former British province of the Presidency of Madras: see Fabricius & Breithaupt (1809 edn): 'a furlong, an acre of ground; the eightieth part in *arithmetick*.'

Chennai: see **Mylapore**; **Tamil Nadu**.

Cherrapunji (சிரபுஞ்சி *Cirapuñci*): also known as Sohra (சோரா *Cōrā*), a town in East Khasi Hills district in the Indian state of Meghalaya. Often credited as the world's wettest place, it holds records for the greatest rainfall in a single month (930 cm/366", July 1861) and in a single year (2,647 cm/1,042", August 1860–July 1861). Erode Tamilanban's 'Cherrapunji eyes' is a metaphor for eyes welled with tears.

Dance of Destruction (தாண்டவம் *tāṇṭavam*): the cosmic dance of Shiva symbolising destruction, one of the principles of eternal energy, performed in an aureole of fire, creating thunderstorms and torrents across the universe.

darshan (*தரிசனம் taricanam*): an auspicious sight of the image of a deity, or of a holy person, bestowing merit on the viewer.

deva (*தேவர் tēvar*): a supernatural being or deity. In Puranic literature, devas are the representations of benevolence (generosity, compassion, magnanimity, equanimity, etc.).

dharma (*தர்மம் tarmam*): virtuous behaviour conducive to order, harmony, and morality in life, including the observance of duties, obligations, rights and laws. See also *veedu.*

do-re-mi: see **sarigamapathani.**

Eight Anthologies (*எட்டுத்தொகை Eṭṭuttokai*): a set of over two thousand poems, which modern scholarship suggests may have been compiled at different times between the first century BC and fifth century AD. See Marr (1985). See also **Sangam literature.**

flowers, four types of (*நால்வகைப்பூ nālvakaippū*): as given in *Tivakaram* (*திவாகரம் Tivākaram*), a metrical glossary of *c.* eighth century AD: flowers on creepers (*கொடிப்பூ koṭippū*), flowers on branches (*கோட்டுப்பூ kōṭṭuppū*), flowers of grasses, herbs and shrubs (*நிலப்பூ nilappū, புதற்பூ putaṟpū*) and aquatic flowers (*நீர்ப்பூ nīrppū*).

flute (*புல்லாங்குழல் pullāṅkuḻal*): a horizontally held wind instrument, the traditional classical Indian version of which had six to eight tone holes along the body joint, as on a modern recorder.

ghazal (Arabic: غزل *ġazal*): a poem consisting of from five to fifteen structurally and metrically intricate, independent but abstractly linked, rhyming couplets, often treating of spiritual and romantic love. See Richardson (1774: ix, xi): 'The *Ghazel* or Eastern Ode, is a species of poem, the subject of which is in general *Love* and *Wine*, interspersed with moral sentiments, and reflexions on the virtues and vices of mankind … The *ghazel* is more irregular than the Greek or Latin ode, one verse often having no apparent connexion either with the foregoing or subsequent couplets.' The ghazal originated in Arabia in the seventh century AD, and, with the spread of Islam, was introduced into Persia in the tenth century. The Persian ghazal evolved into its own distinctive form, and was spread into South Asia in the twelfth century.

                                        Greetings, Valluvar!

ghee (நெய் *ney*): clarified butter, widely used in the Indian subcontinent as a traditional medicine, for religious rituals, and in the preparation of a variety of foods. (The word *ghee* comes from Sanskrit घृ *ghṛ-* 'to sprinkle', cognate with Greek χριστός *kʰristós* 'anointed', from which derives the English word *Christ*.)

Granth (கிரந்தம் *Kirantam*): properly the Guru Granth Sahib, the principal holy scripture, and ultimate spiritual authority, of Sikhism.

gurdwara (குருத்துவார் *kuruttuvār* / குருத்துவாரா *kuruttuvārā*): a Sikh communal place of assembly, learning and worship.

haiku (Japanese: 俳句 *haiku*): a three-line, unrhymed Japanese poetic form, usually, but not exclusively, with a 5-7-5 mora- or syllable-pattern, and treating topics related to the natural world. See *The Academy* (1899: 438): 'the nature of a Haikai… is light and fresh, a swift fugitive impression more often than not ending with a surprise.'

Himalayas (இமயமலை *Imayamalai*): a mountain range between the Indo-Gangetic Plain and the Tibetan Plateau, having over a hundred peaks exceeding heights of 7,200 m (23,622 ft), many of which are considered sacred in Hinduism and Buddhism. On the Nepal–China (Tibet Autonomous Region) frontier, the massif includes Mount Everest (Nepali: Sagarmatha सगरमाथा *Sagarmāthā;* Tibetan: Chomolungma ཇོ་མོ་གླང་མ *Jomoglangma*), the Earth's highest mountain above sea level.

hundi (உண்டி *uṇṭi*): an offertory box used in Indian temples to collect cash donations from worshippers.

igam (இகம் *ikam*): life in the temporal world.

inbam (இன்பம் *iṉpam*): '(sensual) pleasure', '(erotic) love', including desire, passion, emotions, and the aesthetic enjoyment of life, the theme of the third part of the *Tirukkuṛal*. See also *aram, porul, veedu*.

K. A. P. Viswanatham Award: an annual award, in the name of the Tamil scholar, orator and social activist, K. A. P. Viswanatham (கி.ஆ.பெ. விசுவநாதம் பிள்ளை *Ki.Ā.Pe. Vicuvanātam Piḷḷai*, 1899–1994), presented by the Directorate of Tamil Development for distinguished contributions to the development of Tamil language and culture. V. Jayadevan received this award in 2014.

Kaalingar (காலிங்கர் *Kāliṅkar*) (*fl.c.* twelfth/thirteenth cent. AD): a scholar known for his commentary on the *Tirukkuṛal*.

kaikkilai(கைக்கிளை *kaikkiḷai*): 'unrequited love', 'unreciprocated love', one of the concepts of love in classical Tamil literature. See also *tinai*.

Kalaignar M. Karunanidhi Classical Tamil Award: an annual award instituted through an endowment by the eminent Tamil *littérateur* and politician, Kalaignar M. Karunanidhi (கலைஞர் மு. கருணாநிதி *Kalaiñar Mu. Karuṇāniti*, 1924–2018), and presented by the Central Institute of Classical Tamil to eminent scholars for a single work of great erudition or for a lifetime contribution to Tamil. Erode Tamilanban received this award in 2018.

Kalyani raga (கல்யாணி இராகம் *Kalyāṇi irākam*): a heptatonic mode of pitch organisation in South Indian music, corresponding approximately to the Lydian mode of Western music. Kalyani raga is considered auspicious, and elaborations of it are often performed at weddings and before concerts.

Kama Sutra: a Hindu Sanskrit text on sexuality, eroticism and emotional fulfilment. Its authorship is attributed to Vatsyayana, about whom virtually nothing is known. It has been dated between 400 BC and AD 300, with modern scholarship placing it in the second or third century AD.

kamandalu (கமண்டலம் *kamaṇṭalam*): a vessel used by Hindu ascetics for storing drinking water, and thus viewed as a symbol of asceticism in Hinduism.

Kanaka: see Senguttuvan.

Kaniyan Poongundran (கணியன் பூங்குன்றன் *Kaṇiyaṉ Pūṅkuṉṟaṉ* / கணியன் பூங்குன்றனார் *Kaṇiyaṉ Pūṅkuṉṟaṉār*) (*fl.?c.* sixth/fourth cent. BC): an influential poet and philosopher of the early Sangam era. His rejection of social stratification, and his emphasis on the universality of humankind, are summed up in his famous line (in *Purananuru* poem 192): யாதும் ஊரே யாவரும் கேளிர் *yātum ūrē yāvarum kēḷir* 'Everywhere is my home, everyone is my kin', which Erode Tamilanban incorporates into poems 21 and 22 of the present work.

Kapilan (கபிலன் *Kapilaṉ* / கபிலர் *Kapilar*) (*fl. c.* first cent. AD): poet laureate at the court of his friend, the chieftain Pari. The neighbouring kings — of the Chera dynasty, in the western hilly region with their capital at Vanji (வஞ்சி *Vañci*), now Karur (கரூர் *Karūr*); of the Chola dynasty, in the fertile Cauvery basin with their capital at Uraiyur (உறையூர் *Uṟaiyūr*), now Tiruchirappalli (திருச்சிராப்பள்ளி *Tiruccirāppaḷḷi*); and of the Pandya dynasty, in the south-eastern pastoral and coastal areas, with their capital at Madurai (மதுரை *Maturai*) — coveted Pari's territory, and laid siege to it. Kapilan approached them and advised them how they might win Pari over without resorting to arms, but he failed to persuade them and the kings eventually prevailed, with Pari perishing — the extant sources do not reveal how. Kapilan is supposed later to have taken his own life by self-immolation.

kasu (காசு *kācu*): 'gold coin'; in poetry, the term for two *nerasais*, the second ending in the short vowel உ *ŭ* – i.e. (C) V̆ (C) (C)*ŭ* – occurring as the last *seer* of a *venba*.

koel (குயில் *kuyil*): *Eudynamys scolopaceus*, a species of cuckoo, found in the Indian subcontinent, China and Southeast Asia. Male koels have black plumage, females speckled brown. Koels are very vocal during the March–August breeding season, and use a range of different calls. 'It is respected by the natives of Hindustân as much as the nightingale by us' (Baber, 1826: 323). The state bird of Puducherry, the koel occurs frequently in Indian literature as a symbol of love and romance.

kolam (கோலம் *kōlam*): a stylised or geometric design or matrix of strokes and dots delineated on the ground with rice flour, chalk, or similar substances. A daily application of a kolam at the entrance to a home is a widespread practice in South India, and believed to promote prosperity. [In this sense, the headword in the OED is the Marathi-derived word *rangoli*.]

Kopperuncholan (கோப்பெருஞ்சோழன் *Kōpperuñcōḻaṉ*): a Tamil king of the early Chola dynasty (*c.*600 BC–AD 300), and about whom we have only fragmentary details in the *Purananuru*. He is said to have been the patron of many poets, most notably Pisiranthaiyar (பிசிராந்தையார் *Picirāntaiyār*), who lived in the neighbouring Pandyan country, and with whom he shared a great bond of friendship although the two never met. Kopperuncholan had two sons, who coveted his throne and raised an army against him. Persuaded that if he were to win the ensuing war and kill his sons, the country would be left with no heir, but if he lost he would be greatly humiliated, he vowed to take his own life through *vadakiruthal* to ensure that his kingdom would have an heir but that his sons would be denied any glory. He called for Pisiranthaiyar, but when the poet arrived, Kopperuncholan had already died. In his grief, Pisiranthaiyar emulated his friend's ritual death.

Kubera (குபேரன் *Kupēraṉ*): the Hindu god of Wealth.

Kural: see *Tirukkural.*

kural (குறள் *kuṟaḷ*): a couplet in *venba* metre. A notable optional ornamental feature is syllabic concord, or head rhyme (எதுகை *etukai*), characterised by the concurrence of the second syllable in both lines. See Shulman (2016: 92–93).

Kurunthogai (குறுந்தொகை *Kuṟuntokai*): one of the *Eight Anthologies* of Tamil Sangam literature, likely composed between the first century BC and the second century AD and comprising some four hundred multi-authored *agam* poems.

Laws of Manu see **Manu.**

love, five modes of: see *tinai.*

Madras: see **Tamil Nadu.**

malar (மலர் *malar*): 'flower'; in poetry, the term for one *niraiyasai* — (C) V̆ - (C) V̆ (C) — occurring as the last *seer* of a *venba.*

Manakkudavar (மணக்குடவர் *Maṇakkuṭavar*) (*fl. c.* tenth cent. AD): a commentator on the *Tirukkural.* His commentary is the earliest, and considered to bear the closest semblance to the original text.

Manu (மனு *Maṉu*): in Hindu mythology, the first man — the spiritual son of Brahma (பிரம்மா *Pirammā*), the god of Creation — and legendary author of the *Laws of Manu,* covering a range of topics, including duties, rights, laws, conduct, virtues, Vedic studies, marriage, charity, hospitality, diet, pollution and purification. See Olivelle (2005).

masala (மசாலா *macālā*): any of a variety of aromatic blends of spices, used in South Asian cuisine.

moksha (மோாக்ஷம் *mōkṣam*): a state of eternal bliss, the final release or liberation from the cycle of life, death and rebirth, or self-realisation and liberation in this life. See also *Tirukkural, veedu.*

  Greetings, Valluvar!

mosque (*பள்ளிவாசல் paḷḷivācal*): a Muslim place of prayer, as well as religious instruction and debate.

Mother Tamil (*தமிழ்த்தாய் Tamiḻttāy*): the allegorical and sometimes anthropomorphic personification of the Tamil language as a mother, created, according to Hindu legend, by Shiva. This allegory was extensively drawn upon during the nineteenth-century Tamil renaissance movement.

muse of Music: see Saraswati.

Mylapore (*மயிலாப்பூர் Mayilāppūr*): a coastal neighbourhood of Chennai, in the Indian state of Tamil Nadu, with a rich cultural and religious heritage and famed for its extensive trading relations in ancient times with the Roman Empire. It is traditionally believed to have been the birthplace of Valluvar; and St Thomas the Apostle is alleged to have been martyred there, at a locality now called Santhome (*சாந்தோம் Sāntōm*), in AD 72.

myrobalan (*அருநெல்லி arunelli*): *Phyllanthus emblica*, a species of deciduous tree long regarded as sacred in India, whose fruit, known as the Indian gooseberry, is used in cookery and in Ayurvedic medicine, and is traditionally supposed to promote longevity. See also **Athiyan**.

N. Pichamoorthy: see Pichamoorthy.

naal (*நாள் nāḷ*): 'fresh flower'; in poetry, the term for one *nerasai*— (C) V̆ (C)—occurring as the last *seer* of a *venba*.

nerasai : see *asai; kasu; naal; pirappu.*

Neruda, Pablo (né Ricardo Reyes Basoalto) (1904–1973): the prominent Chilean politician, diplomat and poet, and recipient of the 1971 Nobel Prize in Literature 'for a poetry that with the action of an elemental force brings alive a continent's destiny and dreams', hailed by the Colombian *littérateur*, and fellow Nobel laureate, Gabriel García Márquez (1983: 49) as 'the greatest poet of the twentieth century, in any language'. Neruda has been a great influence on the work of Erode Tamilanban.

niraiyasai : see *asai; malar; pirappu.*

Nitisara: a Sanskrit treatise on politics and statecraft, authored by Kamandaka. It is traditionally from the fourth to the third century

BC, though some modern scholars date it variously between the third and seventh centuries AD.

nurpa (நூற்பா *nūṟpā*): also sutra (சூத்திரம் *cūttiram*), in poetry, a variant of *agaval* metre used in grammatical or philosophical treatises to articulate rules or concepts.

ola (ஓலை *ōlai*): a cured leaf of the talipot (*Corypha umbraculifera*) or palmyra (fan-palm, *Borassus flabellifer*), traditionally used in South India as the material for manuscripts before the introduction of paper. The process of writing was similar to that of intaglio printing. A metal or bone stylus (எழுத்தாணி *eḻuttāṇi*) was used to etch letters on the ola, which was then smeared with a dark substance of natural materials such as plant oils or a paste of burned coconuts. When the ola was wiped clean, the matter wedged in the grooves of the incisions, which highlighted the lettering and enabled the text to be read.

Pandyan Arivudai Nambi (பாண்டியன் அறிவுடை நம்பி *Paṇṭiyaṉ Aṟivuṭai Nampi*): a king of the Pandyan region, and a contemporary of the early Chola king Kopperuncholan.

Pablo Neruda: see Neruda.

Panguni (பங்குனி *Paṅkuṉi*): the twelfth month in the Tamil calendar, corresponding to mid-March–mid-April.

param (பரம் *param*): a transcendental state, liberated from the births of the temporal world.

Parambu Hill (பறம்பு மலை *Paṟampu Malai*): now known as Piranmalai (பிரான்மலை *Pirāṉmalai*), a hill region in Sivagangai District, some 50 km (31 mi.) north-east of Madurai.

parasol (குடை *kuṭai*): an individual sunshade. Formerly, only certain dignitaries could use parasols, the largest of which were kept for rulers and gods. Thus the parasol came to be a sign of temporal and spiritual power, its protective qualities being a metaphor for compassion as well as defence.

Pari (பாரி *Pāri*) (*fl. c.* first cent. AD): a chieftain of the Parambu region, renowned for his generosity, and patronage of the arts. It is said that once when he saw a jasmine creeper (*Jasminum officinale*) on the forest floor, he gifted his chariot to the plant as a support to enable it to climb. See also **Kapilan.**

Paridhiyaar (பரிதியார் *Paritiyār*) (*fl. c.* eleventh cent. AD): a highly esteemed commentator on the *Tirukkural.*

Parimelazhagar (பரிமேலழகர் *Parimēlalakar*) (*fl.* thirteenth/fourteenth cent. AD): a scholar of the *Tirukkural,* whose commentary, a literary monument in its own right, is nowadays the most popular, and invested with the greatest authority.

Pegan (பேகன் *Pēkan*): a ruler in the Palani hill region, and a munificent benefactor of Tamil bards, who is said on one occasion to have covered a shivering peacock with his shawl.

Periyar E. V. Ramasamy: see **Self-Respect Movement.**

peruntinai (பெருந்திணை *peruntinai*): 'mismatched love', one of the concepts of love in classical Tamil literature, for example when it is in violation of custom such as when a woman is older than the man, or the couple is of different castes, or in a forced loveless relationship. See also *tinai.*

pial (திண்ணை *tinnai*): a raised platform, terrace or verandah of a house. See Garrett (1873: 111): 'A sort of bench, made of brick and mortar, extending along the whole front of the house against the main wall. Almost every house in Southern India possesses such a bench or pyall … It is the first reception place of all visitors or strangers. … In the hot weather the males of the family usually sleep on the pyall.'

Pichamoorthy, N. (ந. பிச்சமூர்த்தி *Na. Piccamūrtti*) (Venkata Mahalingam) (1900–1976): a poet and short story writer, and doyen of the New Poetry movement in Tamil.

pirappu (பிறப்பு *pirappu*): 'gold necklace', 'birth'; in poetry, the term for one *niraiyasai* followed by a *nerasai* ending in உ *ŭ* – i.e. (C) V̆ - (C) V̆ (C) - (C) ŭ – occurring as the last *seer* of a *venba.* See *asai, kasu, malar.*

Pisiranthaiyar: see **Kopperuncholan.**

Poongundran: see **Kaniyan Poongundran.**

porul (பொருள் *porul*): 'wealth', including ethical activities, guided by *aram,* to make a living and ensure financial security and economic prosperity, the theme of the second part of the *Tirukkural*. See also *inbam, veedu*.

puram (புறம் *puṟam*): the exterior; the outside world in general; external or physical appearance from a spiritual perspective; 'out-ness' (Shulman, 2016: 45). *Puram* poems concern public life, the community, values, war, valour, etc. See also **agam, tinai**.

Purananuru (புறநானூறு *Puṟanāṉūṟu*): one of the *Eight Anthologies* in Tamil Sangam literature, comprising some four hundred *puram* poems. See Hart & Heifetz (1999).

Puranas (புராணங்கள் *Purāṇaṅkaḷ*): a vast corpus of ancient Indian writings, covering an extensive range of topics, the earliest versions of which were likely composed between the third and tenth centuries AD.

raga (இராகம் *irākam*): in Indian classical music, a framework for improvisation, exploiting an array of melodic structures with musical motifs.

Ramasamy, Periyar E. V.: see Self-Respect Movement.

Rishabhadeva (விருஷப தேவர் *Viruṣapa Tēvar*): the first Supreme preacher of Jainism.

rose water (பன்னீர் *paṉṉīr*): an infused liquid made by steeping or distilling petals of Damask rose (*Rosa* x *damascena*). It has long been used in cosmetic and medicinal preparations, as a food flavouring, and in religious and cultural practices in many parts of the world. In India especially, because of the cooling and refreshing properties of rose water, it is traditionally sprinkled on guests as a mark of welcome and hospitality.

S. P. Adithanar Senior Tamil Scholar Award: an annual award to recognise renowned Tamil scholars for their lifetime contributions to the language. The Award was instituted by the Daily Thanthi groups in the memory of S. P. Adithanar (1905–1981), founder of the Tamil daily newspaper, *Daily Thanthi* (தினத்தந்தி *Tiṉattanti*). Erode Tamilanban received this award in 2017.

saffron (காவி *kāvi*): a spice derived from the stigmata and styles of the saffron crocus (*Crocus sativus*). Saffron has a long history of use

in traditional medicine, in religious ceremonial, in perfumery, as a
dye, and as a food additive.

Sahitya Akademi (சா கித்திய அகா தெமி *Cākittiya Akātemi;* Hindi:
साहित्य अकादमी *Sāhitya Akādemī*): India's National Academy of Letters,
established in 1954, and dedicated to the promotion of literature
in the languages of India, specifically the twenty-two scheduled
languages in the Constitution of India as well as English and
Rajasthani. Erode Tamilanban received the Sahitya Akademi
Award for Tamil in 2004.

sanctum sanctorum (கருவறை *karuvarai*): the innermost sanctuary of
a temple, where the statue or icon (மூர்த்தி *mūrtti*) of its primary
deity is housed.

sandal(wood) (சந்தனம் *cantaṉam*): *Santalum album,* an aromatic
wood indigenous to tropical peninsular India, the Malay Archipelago,
and northern Australia. An integral part of Indian tradition, the
wood and its derivatives (oil, powder, paste) have long been used
for religious, cultural, and medicinal purposes, and sandalwood
paste is traditionally offered as a mark of welcome to guests.

Sangam literature (சங்க இலக்கியம் *Caṅka ilakkiyam*): ancient Tamil
literature, and the earliest known literature of South India. The
extant collection comprises *Tolkappiyam,* the *Eight Anthologies*
and the *Ten Idylls* (பத்துப்பாட்டு *Pattuppāṭṭu*). Although Tamil
tradition claims that the initial manifestations date from the fifth
millennium BC, the dating of Sangam literature is still a matter of
dispute. Modern scholarship suggests that most of the material
was probably composed between *c.*600–300 BC and *c.*AD 200–300.

sangu (சங்கு *caṅku*): a conch-shaped vessel for feeding infants.

Santhome– see **Mylapore**.

Saraswati (சரசுவதி *Caracuvati*): the Hindu goddess of abundance
and wealth, knowledge, wisdom, learning, and creativity and the
arts, especially speech and music. She is often depicted seated on
a white lotus (symbolising wisdom and truth), and with four arms,
holding a book (representing learning), a crystal garland (spirituality),
a pot of water (purity), and a veena (artistic creativity). Her
mount is a *hamsa* (Sanskrit: हंस *haṃsa,* cognate with *goose*),

which scholars have identified with either a goose (discrimination)
or a swan (spiritual perfection).

sarigamapathani (சரிகமபதநி *carikamapatani*): the solmisation of the
notes in the gamut of the Indian heptatonic musical scale: சட்சம்
catcam, ரிஷபம் *riṣapam*, காந்தாரம் *kāntāram*, மத்திமம் *mattimam*,
பஞ்சமம் *pañcamam*, தைவதம் *taivatam*, நிஷாதம் *niṣātam*,
indicated as a mnemonic by the initials ச *ca*, ரி *ri*, கா *kā*, ம *ma*,
ப *pa*, தை *tai* and நி *ni* respectively (compare the do-re-mi solfège
in Western music).

seer (சீர் *cīr*): in poetry, a metrical foot, usually comprising one or two
asais. Each couplet of the *Tirukkural* comprises seven *seers*, four
on the first line and three on the second.

Self-Respect Movement (சுயமரியாதை இயக்கம் *Cuyamariyātai Iyakkam*):
an influential Tamil reformist movement founded in 1925, and led
by the iconoclastic activist and politician, Periyar E. V. Ramasamy
(1879–1973), which aimed at the achievement of social equality, the
promotion of women's rights, and the abolition of caste stratification.
See Mangalamurugesan (1979).

Seneca (Lucius Annaeus Seneca) (*c.*4 BC–AD 65): a noted statesman,
philosopher and poet of ancient Rome. His works on morality had a
great influence on later generations, and with modern developments
in the theory of emotions and relationships, and the universal
fellowship of all humans, Seneca is seen to address some major
concerns in contemporary ethics.

Senguttuvan (செங்குட்டுவன் *Ceṅkuṭṭuvaṉ*) (*fl. c.* second cent. AD): a
Chera-dynasty ruler in South India, whose military exploits are
alluded to in the *Eight Anthologies*. Victorious in a battle with the
Aryan princes Kanaka (கனக *Kaṉaka*) and Vijaya (விசய *Vicaya*),
he compelled them to dress as religious mendicants, and exiled
them to the Himalayas.

senryu (Japanese: 川柳 *senryū*): a three-line, unrhymed Japanese
poetic form, usually, but not exclusively, with a 5-7-5 mora- or
syllable-pattern, and typically treating topics related to human
nature or behaviour, often in a satirical or ironic vein. See Lanman
(1883: 298): 'The Senriu has five, seven and five syllables, and is a
jeu-de-mots.'

seppalosai (செப்பலோசை *ceppalōcai*): the rhythm of *venba* metre.

shastra (சாத்திரம் *cāttiram*): a precept, rule, or teaching; by extension, a text on a specific field of knowledge.

Shiva (சிவன் *Civaṉ*): one of the principal Hindu deities, and the Supreme Being in Shaivism. He is known as the Destroyer within the trinity which also includes Brahma (பிரம்மா *Pirammā*) the Creator and Vishnu (விஷ்ணு *Viṣṇu*) the Preserver.

stylus: see ola.

Subramania Bharati: see Bharati.

sutra: see *nurpa.*

tabla (தபலா *tapalā*, தபேலா *tapēlā*): a pair of wooden, clay or metal hand drums.

Tamil (தமிழ் *Tamiḻ*): a language of the Dravidian family, one of the twenty-two scheduled languages in the Constitution of India, and, since 2004, recognised as a Classical Language (செம்மொழி *cemmoḻi*) of India. An official language of the Indian state of Tamil Nadu and the Union Territory of Puducherry, as well as of Singapore and Sri Lanka, and a minority language in Malaysia, Mauritius and South Africa, it is also widely spoken in diaspora communities across the world. Tamil is written in a unique script, with epigraphic data attested from the sixth century BC, and a literature chronicled for over two millennia. See James (2000); Mahadevan (2005); Shulman (2016); Steever (2018); Annamalai & Steever (2022).

Tamil Nadu (தமிழ்நாடு *Tamiḻnāṭu*): the southernmost Indian state, and home of the Tamil people. When India gained independence in 1947, the former British province of the Madras Presidency became Madras State. In 1956, this state was split up along linguistic lines, and in 1969 renamed Tamil Nadu, now bound by the states of Andhra Pradesh (majority Telugu-speaking), Karnataka (majority Kannada-speaking) and Kerala (majority Malayalam-speaking), as well as the Union Territory of Puducherry (the Tamil-speaking former French colony). The administrative capital of Tamil Nadu is Chennai (சென்னை *Ceṉṉai*), until 1996 known as Madras.

tasbih beads (தஸ்பீக் மணிகள் *taspīk maṇikaḷ*): linked beads often used by Muslims as counters in *dhikr* (Arabic: ذِكْر *ðikr*), the litanic recitation of prayers or specific phrases, or in meditation.

thillana(தில்லானா *tillāṉā*): a rhythmic musical composition including, or ending with, the syllables *tillā or tillāṉā*, generally performed at the conclusion of a concert or dance recital.

thundu(துண்டு *tuṇṭu*): 'towel', also called angavastram (அங்கவஸ்திரம் *aṅkavastiram*), a rectangular cloth or stole which men wear draped over the shoulders.

tika (பொட்டு *poṭṭu*): a mark worn by Hindus, usually on the forehead, as a symbol of sectarian affiliation, for spiritual and religious occasions, or as an expression of honour or welcome. See Fanthome (1896: Appendix, p. 15): 'The *tilak* is a mark or marks made with coloured earth or unguents upon the forehead, and between the eye-brows, as a sectarial distinction. There are three forms of the *tilak* generally made, – the Rámánandi which is something like a trident ...; the Shaivi which consists of three crescents ...; and the Vaishnavi which consists of a big dot.'

tinai (திணை *tiṇai*): 'earth', 'land'; in the context of *agam* (love) poetry, a traditional categorisation of five modes of love (ஐந்திணை *aintiṇai*) generally associated with a particular landscape and its related imagery, which was woven into the text to convey the mood of a particular relationship, each given the name of a botanical species: (i) mountains (குறிஞ்சி *kuṟiñci*, kurinji *Strobilanthes kunthiana*), which evoke union, stolen premarital love; (ii) forest (முல்லை *mullai*, Arabian jasmine *Jasminum sambac* or Indian beech *Jasminum trichotomum*), waiting; (iii) cropland (மருதம் *marutam*, Indian laurel *Terminalia elliptica*), quarrelling, jealousy; (iv) seashore (நெய்தல் *neytal*, white Indian water-lily *Nymphaea lotus alba*), pining; and (v) desert (பாலை *pālai*, iron-wood tree *Manilkara hexandra* or dyer's oleander *Wrightia tinctoria*), separation. Two further *tinais* — *kaikkilai* and *peruntinai* — involving what were considered anomalous emotions, were not associated with specific landscapes. In the context of *puram* (non-love) poetry, there were seven major themes: (i) cattle raids (வெட்சி *veṭci*, jungle geranium *Ixora coccinea*); (ii) preparation for war and invasion (வஞ்சி *vañci*, glabrous mahua *Bassia malabarica* or Indian willow *Salix tetrasperma*); (iii) siege (உழிஞை *uḻiñai*, balloon vine *Cardiospermum halicacabum*); (iv) war (தும்பை *tumpai*, common leucas *Leucas aspera*); (v) victory (வாகை *vākai*, fragrant sirissa *Albizzia odoratissima*); (vi) instability of earthly things as a necessary preliminary to attaining liberation (காஞ்சி

kāñci, river portia *Mallotus nudiflorus*); and (vii) praising a hero's fame, power, munificence, etc. (பாடாண் *pāṭāṇ* – not a plant). See Dubianski (2000); Shulman (2016: 50–60).

Tirukkural (திருக்குறள் *Tirukkuṟaḷ*): also *Kural* (குறள் *Kuṟaḷ*), an aphoristic text comprising 1,330 couplets, of seven *seers* each, acknowledged for its universality and secular nature. There is no scholarly consensus as to the period of compilation of the text, with dates as widely apart as 300 BC and AD 1000 having been proposed.

Tiruvalluvar: see **Valluvar**.

Tolkappiyam (தொல்காப்பியம் *Tolkāppiyam*): the most ancient extant Tamil treatise on grammar and poetics, comprising aphoristic verses in *nurpa* metre. A significant literary and cultural monument, the date of its composition is uncertain, with proposals ranging from the sixth century BC to the eighth century AD. Several scholars have suggested that it was written over a considerable period, with the earliest parts or layers dating from perhaps the third century BC. See Murugan & Samuel (2001). See also **Sangam literature**.

turai (துறை *tuṟai*): a sub-theme of *tinai* in ancient classical Tamil literature.

V: in formulae for the structure of prosodic metrical units, the abbreviation for 'vowel': $\breve{V}$ indicates a short vowel, e.g. அ *a*, இ *i*; $\bar{V}$ indicates a long vowel, e.g. ஆ *ā*, ஈ *ī*; $\overset{\smile}{V}$ indicates the option of either a long vowel or short vowel.

vadakiruthal (வடக்கிருத்தல் *vaṭakkiruttal*): a rite consisting of sitting facing north and fasting to death. The practice may be due to the influence of Jainism, whose scholars did not consider it a discreditable suicide, rather a holy demise in a state of meditative contemplation. In ancient Jain, as well as Hindu, texts there are discussions of the contextual appropriateness of a ritual death, and the accepted means of effecting it. The northerly orientation in *vadakiruthal* may derive from the Hindu belief that north is the direction the soul uses when leaving the world towards the abode of God (Shiva/Vishnu). In Hindu custom, corpses are placed, until cremation, with the head pointing north.

Valluvam (வள்ளுவம் *Vaḷḷuvam*): the ideology, moral philosophy and ethics expounded in the *Tirukkural*.

Valluvar (வள்ளுவர் *Vaḷḷuvar*): also Tiruvalluvar (திருவள்ளுவர் *Tiruvaḷḷuvar*), the traditional name of the author of the *Tirukkural*, about whom virtually nothing is known with certainty. See also **Mylapore**.

Vedas (வேதங்கள் *Vētaṅkaḷ*): a large body of ancient Sanskrit religious texts, some dating from the second millennium BC, constituting the oldest scriptures of Hinduism.

veedu (வீடு *vīṭu*): 'house'; 'heaven', 'moksha'. *Aram* (virtue, dharma), *porul* (wealth), *inbam* (love, the fulfilment of desire) and *veedu* (liberation from the birth-death-rebirth cycle) are considered the four *purusharthas* (புருஷார்த்தம் *puruṣārttam*), or objectives, of human life, through which humans gain fulfilment as well as sustain society. If *aram* is ignored, *porul* and *inbam* are merely profit and gratification, the relentless, unregulated pursuit of which leads to social instability.

veena (வீணை *vīṇai*): a seven-stringed, pear-shaped lute, with a second resonance chamber made from a gourd. According to Sir William Jones (1788: 265), the veena was invented by Narada, 'a musician of exquisite skill', an ancient sage-divinity generally considered a virtuoso of the instrument. In Hindu culture, the veena is deemed sacred, as it is held to express divine, as well as human, emotions, and is believed to have the ability to grant blessings to those who touch it.

Veeramamunivar Award: an annual award of the Directorate of Etymological Dictionary Project in the name of Veeramamunivar (வீரமாமுனிவர் *Vīramāmuṉivar*), the Tamil name of the renowned scholar Costanzo Beschi (1680–1747), for acknowledged work in Tamil lexicography. Gregory James received this award in 2020.

venba (வெண்பா *veṇpā*): a verse form in Tamil poetry, of between two and twelve lines, following a set of well-defined metrical rules. The *Tirukkural* is written in *kural venba*, a two-line *venba* type, in which the lines of each couplet have four and three *seers* respectively. See also *kasu, kural, malar, naal, pirappu, seppalosai*.

vetti (வேட்டி *vēṭṭi*): also *veshti* (வேஷ்டி *vēṣṭi*), a sarong-like garment, wrapped around the waist and reaching to the ankles, worn by men in South India.

Vijaya: see Senguttuvan.

Virgil (Publius Vergilius Maro) (70–19 BC): the greatest epic poet of ancient Rome, composer of the classical Latin masterpiece, *Aeneis* (the *Aeneid*) (written sometime after 29 BC), one of the most celebrated works in the Western literary canon.

Whitman, Walt (1819–1892): considered one of the United States' most influential poets, and often called the father of free verse. Pablo Neruda evinced a heavy literary debt to Whitman, and both have greatly influenced the work of Erode Tamilanban.

yuga (*யுகம் yukam*): an aeon; in post-Vedic texts, one of the cycle of four epochs, spanning 43,20,000 solar years, into which the Indian system of cosmogony divides creation, beginning with *Krita*, or *Satya*, *yuga* (*இருத யுகம் kiruta yukam*), the age of harmony, peace and truth; and thereafter, a gradual deterioration in each succeeding period: *Treta yuga* (*திரேதா யுகம் tirētā yukam*), the age of duty, morality and compassion; *Dwapara yuga* (*துவாபர யுகம் tuvāpara yukam*), the age of incipient selfishness, godlessness and moral decline; and *Kali yuga* (*கலி யுகம் Kali yugam*), the age of moral and social decay and climactic environmental degradation, which it is believed began in 3102 BC and will end in AD 428899.

Acknowledgements

To Erode Tamilanban, our heartfelt thanks for allowing us the opportunity of translating his work, and for affording us invaluable advice and support throughout our journey.

We are grateful to the Tamil Nadu Textbook and Educational Services Corporation, and the Joint Director (Translation), Dr T. S. Saravanan in particular, for including our translation in their programme.

We have benefited immeasurably from the expertise of our editors, Sanghamitra Biswas and Sonia Madan, who have dealt with all our queries with patience and perspicacity, and we thank them for their encouragement.

Gregory James   **V. Jayadevan**

Bibliography

Annamalai, E. & Sanford B. Steever. 2022. Modern Tamil. In Sanford B. Steever (Ed.), *The Dravidian languages*. 2nd edn (pp. 104–30). London: Routledge.

Baber, Zehir-ed-Din Muhammed. 1826. *Memoirs of Zehir-ed-Din Muhammed Baber, Emperor of Hindustan, written by himself in the Jaghatai Turki*. Trans. †John Leyden & William Erskine. London: Longman, Rees, Orme, Brown, & Green.

Bhagavad Gita. Shree Krishna Bhagwad Geeta. TheGita.net.

Blackburn, Stuart. 2000. Corruption and redemption: The legend of Valluvar and Tamil literary history. *Modern Asian Studies*, 34(2), 449–82.

Chakravarti, A. (Trans. & ed.). 1953. *Tirukkural with English translation and commentary and an introduction*. Vepery, Madras: Diocesan Press.

Cre-A Dictionary of Contemporary Tamil (Tamil–Tamil–English). 2020. 3rd edn. Chennai: Cre-A: Publishers.

Cutler, Norman. 1992. Interpreting *Tirukkuṟaḷ*: The role of commentary in the creation of a text. *Journal of the American Oriental Society*, 112(4), 549–66.

Diaz, S. M. (Trans. & ed.). 2000. *Tirukkural with English translation and explanation*. Coimbatore: Ramanandha Adigalar Foundation.

Dryden, [John]. (Trans.). 1697. Virgil's Æneis. In *The works of Virgil: Containing his Pastorals, Georgics and Æneis* (pp. 201–619). London: Jacob Tonson.

Dubianski, Alexander M. 2000. Glossary of plant names mentioned in the poetry texts. In *Ritual and mythological sources of the early Tamil poetry* (pp. 215–16). Groningen: Egbert Forsten.

Fabricius, Johann P. & Johann C. Breithaupt. 1809[1779]. தமிழும் இங்கிலீசுமாயிருக்கிற அகராதி *A Malabar and English dictionary.* Rev. and corrected by Carl Päzold & William Simpson 'and the Malabar Catechists'. Vepery.

F[anthome], J[oseph] F. 1896. *Mariam: A story of the Indian Mutiny of 1857.* Benares: Chandraprabha Press.

García Márquez, Gabriel. 1982. *El olor de la guayaba: Conversaciones con Plinio Apuleyo Mendoza.* Bogotá: Editorial La Oveja Negra. Trans. Ann Wright, *The fragrance of guava: Plinio Apuleyo Mendoza in conversation with Gabriel García Márquez.* London: Verso, 1983.

Garrett, John.1873. *Supplement to A classical dictionary of India illustrative of the mythology literature antiquities arts manners customs &c. of the Hindus.* Madras: Higginbotham & Co.

Hart, George L. & Hank Heifetz (Trans. & eds). 1999. *The four hundred songs of war and wisdom: An anthology of poems from classical Tamil: The Puṟanāṉūṟu.* New York: Columbia University Press.

James, Gregory. 2000. *colporuḷ: A history of Tamil dictionaries.* Chennai: Cre-A: Publishers.

———(Trans. & ed.). 2023. *Trials in China. The account by Adriano de las Cortes SJ of his captivity in Fukien and Canton in 1625.* Hong Kong: Bayview Educational.

Jha, Kr. Sanjay, N. Gayathri & Subha Gunasekaran. 2023. *Tirukkuraḷ:* Literature breaking barriers. *International Journal of Emerging Knowledge Studies,* 2(11), 579–82. Open access, under Creative Commons Attribution License https://creativecommons.org/ licenses/by/4.0/.

[Jones, William.] 1788. On the gods of Greece, Italy, and India, written in 1784, and since revised. *Asiatick Researches,* 1, 221–75.

Kandasamy, Meena (Trans.). 2023. *The book of desire.* Norwich: Galley Beggar Press.

Kovach, Margaret. 2009. *Indigenous methodologies: Characteristics, conversations, and context.* Toronto: University of Toronto Press.

Lanman, Carles.1883. *Leading men of Japan.* Boston: D. Lothrop & Co.

Mahadevan, Kathir. 2005. *Tamil – the classical language.* Madurai: Kathiragam.

Manavalan, A. A. (Comp. & ed.). 2010–2014. *A compendium of Tirukkuṟaḷ translations in English.* 3 vols. Chennai: Central Institute of Classical Tamil.

Mangalamurugesan, N. K. 1979. *Self-Respect Movement in Tamil Nadu, 1920-1940.* Madras: Koodal Publishers.

Marr, John R. 1985. *The Eight Anthologies: A study in early Tamil literature.* Madras: Institute of Asian Studies.

Maurice, Thomas. 1795. *The history of Hindostan; its arts, and its sciences, as connected with the history of the other great empires of Asia, during the most ancient periods of the world.* London: W. Bulmer & Co. for the author.

Murugan, V. (Trans.) & G. John Samuel (Project dir.). 2001. *Tolkāppiyam in English.* Chennai: Institute of Asian Studies.

Nagaswamy, R. 2017. *Tirukkural: An abridgement of Śāstras.* Chennai: Giri Trading Agency.

Neruda, Pablo. 1958. Demasiados nombres. In *Estravagario* (pp. 275–78). Buenos Aires: Editorial Losada.

OED: *Oxford English Dictionary.* 2000–. [1st edn, 1884–1928.] Online, updated to September 2024.

Olivelle, Patrick (Trans. & ed.). 2005. *Manu's Code of Law.* Oxford: Oxford University Press.

Panjangam, K. 2005. The dramatic changes in modern Tamil poetry. (Trans. D. Sambandam.) *Indian Literature,* 49(2), 185–94.

Pope, G [eorge] U. (Trans. & ed.). 1886. *The 'sacred' Kurraḷ of Tiruvaḷḷuva-Nâyanâr.* London: W. H. Allen & Co.

Prabhakaran, R. 2020. *The ageless wisdom as embodied in Thirukkural.* Chennai: Emerald Publishers.

Purnalingam Pillai, M. S. (Trans.). 1942. *The Kural in English.* Tirunelveli: Sri Kanthimathi Vilasam Press.

Richardson, John. 1774. *A specimen of Persian poetry; or Odes of Hafez with an English translation and paraphrase.* London.

Schiller, Friedrich. 1786. An die Freude. *Thalia,* 1(2), 1–5. Translation cited from BBC Proms 2013 programme, for a concert held at the Royal Albert Hall, London, on 11 August 2013.

Shulman, David. 2016. *Tamil – A biography.* Cambridge, MA: Harvard University Press.

Singaravelu, R. 2020. *Excoriating Nagaswamy's 'Tirukkural – An abridgement of Sastras'.* Chennai: Andril Pathippagam.

Sreenivasan, Kasthuri (Trans.). 1969. *Tirukkural, an ancient Tamil classic.* Bombay: Bharatiya Vidya Bhavan.

Steever, Sanford B. 2018. Tamil and the Dravidian languages. In Bernard Comrie (Ed.), *The world's major languages.* 3rd edn (pp. 653–71). London: Routledge.

Subramanian, K. S. 2005. *Tamil new poetry.* New Delhi: Katha.

Sundaram, P. S. (Trans.). 1989. *Tiruvalluvar. Kural.* New Delhi: Penguin Books India.

Tamil Lexicon. 1924–1939. Madras: University of Madras.

Tamilanban, Erode ஈரோடு தமிழன்பன். *2000. வணக்கம் வள்ளுவ!* சென்னை: பூம்புகார் பதிப்பகம்.

———2002. *Salutations Valluva!* Trans. S. A. Sankaranarayanan. Chennai: Marutha. Reprinted in T. Amirthaganesan (Comp.), *The essential Erode Tamilanban. Selected poems* (pp. 258–347). Puducherry: Oru Thuli Kavithai, 2017.

———2017. *What the sun said last ... and other poems.* Trans. K. S. Subramanian. New Delhi: Sahitya Akademi.

The Academy. 1899. Haikais in English. Our prize competitions. Result of No. 27. *The Academy,* 56(1406) (15 April), p. 438.

The Declaration of Independence 1776. 1911. Washington: Department of State. *https://archive.org/details/declarationinde01statgoog/ page/n2/mode/2u.*

Valentyn, François. 1726. *Keurlyke Beschryving van Choromandel, Pegu, Arrakan, Bengale, Mocha, van't Nederlandsch Comptoir in Persien.* Dordrecht: Joannes van Braam & Amsterdam: Gerard onder de Linden.

Whitman, Walt. 1871. One's-self I sing. In *Leaves of Grass* (p. 7). New York: J. S. Redfield.

Zvelebil, Kamil V. 1973. New voices in Tamil poetry. *Indian Literature,* 16(1/2), 153–63.